പ്രപഞ്ച
വിസ്മയങ്ങൾ

AF518464

INSIGHT PUBLICA

ഉള്ളടക്കം

ആൻഡ്രോമീഡ ഗാലക്സി 6

ഒരു പ്രകാശവർഷമെന്നാൽ 8

ആകാശത്തെ അളക്കുന്ന വിധം 10

പ്രപഞ്ചം എത്ര വലുത് ? 12

പ്രപഞ്ചം സ്ഥിരമായി വികസിച്ചു കൊണ്ടിരിക്കുമോ? 13

പ്രകാശം നേർരേഖയിൽ മാത്രമാണോ സഞ്ചരിക്കുന്നത്? 15

ബിഗ് ബാംഗിന് മുൻപ് എന്തായിരുന്നു? 16

ബിഗ് ബാംഗിന്റെ ശബ്ദം 18

പ്രഞ്ചത്തിനെത്ര വയസായി? 19

വേറെയും പ്രപഞ്ചങ്ങൾ ഉണ്ടോ? 20

എന്താണ് പ്രപഞ്ചം? 22

എത്ര ഗാലക്സികളെ നമുക്ക് കാണാനാവും ? 23

തൊട്ടടുത്ത ഗാലക്സിയിലേയ്ക്കുള്ള ദൂരം 24

ആകാശത്തെത്ര നക്ഷത്രങ്ങളുണ്ട് ? 26

എന്താണ് രാശിചക്രം? 29

INSIGHT PUBLICA®

INSIGHT PUBLICA
Nadakkavu, Kozhikode, Kerala
www. insightpublica.com
e-mail: insightpublica@gmail. com

Prapancha Vismayangal

(Science)

Edited by **Suma Devi**

First Edition: July 2016
This Edition: November 2021

ISBN 978-93-5517-187-0

എന്താണ് നക്ഷത്രങ്ങൾ ? 30

നക്ഷത്രങ്ങൾ ഭാവിയെ സ്വാധീനിക്കുമോ? 32

ക്ഷീരപഥത്തിന്റെ പ്രായം 34

ബത്‌ലഹേമിലെ നക്ഷത്രം 36

വേറെ ഏതെങ്കിലും ഗ്രഹത്തിൽ ജീവൻ സാധ്യമാണോ? 40

നക്ഷത്രങ്ങളും ഗ്രഹങ്ങളും ഉണ്ടായതെങ്ങനെ ? 42

സൂപ്പർനോവ എന്നാലെന്താണ്? 46

എന്താണ് കൊറോണ? 48

എന്താണ് സൗരക്കാറ്റ്? 50

ഭൂമിയെ ഒരുനാൾ സൂര്യൻ വിഴുങ്ങുമോ? 53

സൗരയൂഥത്തെ കുറിച്ച് എന്തറിയാം 57

ഉപഗ്രഹം 66

അന്താരാഷ്ട്ര ബഹിരാകാശ നിലയം 70

ജ്യോതിഃശാസ്ത്രം 72

നിരീക്ഷണ ജ്യോതിശാസ്ത്രം 79

ആൻഡ്രോമീഡ ഗാലക്സി

ഭൂമിയിൽ നിന്നും 2. 5 മില്ല്യൻ പ്രകാശവർഷം അകലെ സ്ഥിതി ചെയ്യുന്ന ആൻഡ്രോമീഡ (Andromeda) ഗാലക്സിയാണ് നഗ്നനേത്രങ്ങൾ കൊണ്ട് ദർശിക്കാവുന്ന ഏറ്റവും വിദൂരവസ്തു. സർപ്പിളാകൃതിയിൽ കാണപ്പെടുന്ന ഈ ഗാലക്സി നമ്മളുൾക്കൊള്ളുന്ന ക്ഷീരപഥത്തിനു സമാനവുമാണ്. ശാസ്ത്രം പുരോഗതി പ്രാപിച്ചതോടെ 13 ബില്ല്യൻ പ്രകാശവർഷങ്ങൾക്കപ്പുറം വരെയുള്ള ഗാലക്സികളെ നിരീക്ഷിക്കാനാവുന്ന തരം മോഡേൺ ടെലസ്കോപ്പുകൾ ഇന്നുണ്ട്. എന്നിരുന്നാലും വാനനിരീക്ഷകർക്ക് പലപ്പോഴും നിരവധി പ്രതിസന്ധിഘട്ടങ്ങളെ മുഖാമുഖം കാണേണ്ടതുണ്ട്. ഓരോ തവണ ബഹി

രാകാശത്തെക്കുറിച്ച് പഠിക്കുമ്പോഴും പ്രപഞ്ചത്തിലെ സൃഷ്ടിക്രമത്തിന്റെ ചരിത്രത്തെക്കൂടി ഒപ്പം പരിഗണിക്കണം എന്നതാണ് പ്രധാന വെല്ലുവിളി. പതിമൂന്നു ബില്ല്യൻ പ്രകാശവർഷങ്ങൾക്കപ്പുറമുള്ള ഒരു ഗാലക്സിയെ നിരീക്ഷിക്കുമ്പോൾ പതിമൂന്നു ബില്ല്യൻ വർഷങ്ങൾക്കു മുന്നേ ആ ഗാലക്സിയിൽ നിന്നും യാത്ര തുടങ്ങിയ പ്രകാശകിരണങ്ങളെയാണ് നാം കാണുന്നത്. പ്രപഞ്ചോൽപ്പത്തി കാലത്തിനു വളരെയടുത്ത ഈ കാലഘട്ടത്തിലാണ് ഗാലക്സികളുടെ ജനനദശയെന്നു കരുതപ്പെടുന്നു.

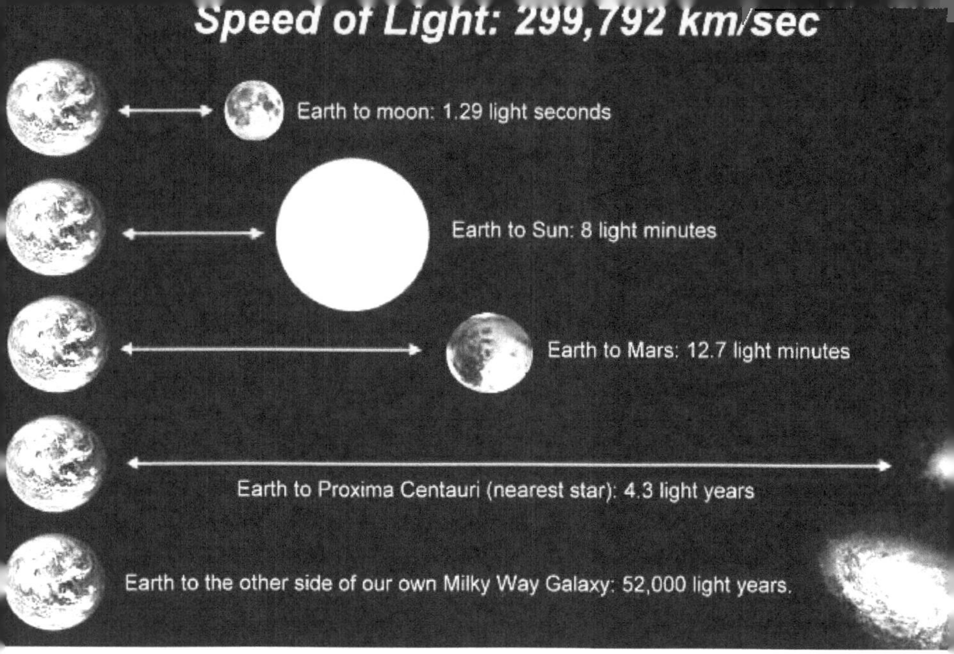

ഒരു പ്രകാശവർഷമെന്നാൽ

പ്രകാശവർഷമെന്നത് സമയത്തിന്റെ അളവിനെ കുറിക്കാൻ ഉപയോഗിക്കുന്ന പദമല്ല. ഗാലക്സികളും നക്ഷത്രങ്ങളും പോലെ വളരെയധികം ദൂരെ സ്ഥിതിചെയ്യുന്ന രണ്ടു വസ്തുക്കൾ തമ്മിലുള്ള ദൂരത്തെ കുറിക്കാനാണ് ഇത് ഉപയോഗിക്കുന്നത്. പ്രകാശം ഒരുവർഷം സഞ്ചരിക്കുന്ന ദൂരത്തെയാണ് നമ്മൾ പ്രകാശവർഷം എന്ന് പറയുന്നത്. പ്രകാശത്തിന്റെ വേഗത സെക്കന്റിൽ 300000 കിലോമീറ്റർ ആണ്. അതിനാൽ ഒരു പ്രകാശവർഷം എന്നത് 10 ട്രില്ല്യൻ കിലോമീറ്ററോളം വരും. (9,500,000,000,000 കിലോമീറ്റർ)

വലിയ ടെലസ്കോപ്പിന്റെ സവിശേഷതകൾ

ഉയരമോ വീതിയോ അല്ല ടെലസ്കോപ്പിന്റെ ഗുണനിലവാരം നിശ്ചയിക്കുന്നത്. ലെൻസിന്റെ വ്യാസം, പ്രകാശത്തെ സ്വീകരിക്കാൻ ഉപയോഗിക്കുന്ന മിററിന്റെ വ്യാസം എന്നിവയൊക്കെയാണ് ഇതിൽ പ്രധാനം. ലോകത്തിലെ ഏറ്റവും മികച്ച ടെലസ്കോപ്പുകളിൽ എല്ലാം വക്രാകൃതിയി (curved) ലുള്ള ലെൻസ് ആണ് ഉപയോഗിച്ചുവരുന്നത്. ഉദാഹരണത്തിന് ഒരു 5 മീറ്റർ ടെലസ്കോപ്പ് എന്ന് പറയുമ്പോൾ അതിന്റെ പ്രൈമറി മിററിന്റെ വ്യാസം 5 മീറ്റർ ആണെന്നാണ് അർഥം. ഹവായിയിലെ പത്തു മീറ്റർ വ്യാസമുള്ള പ്രൈമറി മിററോട് കൂടിയ കെക്ക് (keck) ഇരട്ട ടെലസ്കോപ്പ് ആണ് ഇന്നുള്ളതിൽ വച്ച് ഏറ്റവും വലിയ ഒപ്റ്റിക്കൽ ടെലസ്കോപ്പ്. റേഡിയോ അസ്ട്രോണമിയിൽ ഉപയോഗിക്കുന്ന ഡിഷുകൾ സാധാരണയായി വളരെ വലുതാണ്. പ്യൂബർട്ടോ റിക്കോയിലെ മുന്നൂറു മീറ്റർ വ്യാസമുള്ള മിററോട് കൂടിയ അരിസിബോ (Arecibo) റേഡിയോ ടെലസ്കോപ്പ് ആണ് ഇക്കൂട്ടത്തിൽ ഭീമൻ.

എറിസിബോ റേഡിയോ ടെലിസ്കോപ്പ്

പോർട്ടോറിക്കോയിലെ മലനിരകളിൽ സ്ഥാപിച്ചിരിക്കുന്ന ഇത് (Arecibo Observatory), 1000 അടി വ്യാസവും 167 അടി ആഴവുമുള്ള ഒരു ഭീമൻ കിണ്ണത്തിന്റെ രൂപത്തിലാണ് ഉണ്ടാക്കിയിരിക്കുന്നത്. മലയിലെ മണ്ണുനീക്കി സ്ഥാപിച്ചിരിക്കുന്നതാകയാൽ, ഇതിന് ചലന ശേഷിയില്ല. എങ്കിലും ഫോക്കൽ ബിന്ദുവിലെ സ്വീകരണി യഥേഷ്ടം മാറ്റാവുന്ന രീതിയിൽ ആയതുകൊണ്ട്, ഒരു പരിധിവരെ ദിശാമാറ്റം ഇതിൽ സാധ്യമാണ്. 20 ഏക്കർ വിസ്തീർണ്ണമുള്ള ഇതിന്റെ ഉപരിതലത്തിൽ 40, 000 അലുമിനിയം പാളികൾ പതിപ്പിച്ചിരിക്കുന്നു. ഈ പ്രതിഫലന ദൂരദർശിനിയുടെ മധ്യത്തിൽ 450 അടി ഉയരത്തിൽ 900 ടൺ ഭാരമുള്ള ഒരു ഫീഡ് പ്ലാറ്റ്ഫോമുണ്ട്. മൂന്ന് കോൺക്രീറ്റ് തൂണുകളിൽ ഉറപ്പിച്ചിരിക്കുന്ന 18 കേബിളുകളാണ് ഈ കൂറ്റൻ നിർമിതിയെ താങ്ങി നിർത്തുന്നത്. 1200 കോടി പ്രകാശവർഷങ്ങൾക്ക് അപ്പുറമുള്ള വസ്തുക്കളെ വരെ നിരീക്ഷിക്കാൻ ഈ ദൂരദർശിനി ഉപയോഗിച്ച് കഴിയും.

ആകാശത്തെ അളക്കുന്ന വിധം

ശൂന്യാകാശം അഥവാ സ്പേസിലെ രണ്ടു വസ്തുക്കൾ തമ്മിലുള്ള ദൂരം അളക്കാൻ നിരവധി മാർഗ്ഗങ്ങൾ ഇന്ന് നിലവിലുണ്ട്. ലേസർ റിഫ്ലക്ടർ ഉപയോഗിച്ചാണ് അപ്പോളോ 11 ലെ ചാന്ദ്രയാത്രികർ ഭൂമിയും ചന്ദ്രനും തമ്മിലുള്ള ദൂരം കണ്ടുപിടിച്ചത്. സെന്റിമീറ്റർ ദൂരം വരെ അളക്കാവുന്നത്രയും കൃത്യത യുണ്ടായിരുന്നു അതിന്.

സൗരവ്യൂഹത്തിലെ ഗ്രഹങ്ങളും (planet)) നക്ഷത്രസദൃശ്യമായ ചെറിയ ഗ്രഹങ്ങളും (asteroids) തമ്മിലുള്ള ദൂരം നിർണ്ണയിക്കാൻ റഡാർ ആണ് ഉപയോഗിക്കുന്നത്. എന്നാൽ നക്ഷത്രങ്ങൾ തമ്മിലുള്ള ദൂരം കണ്ടെത്താൻ ഈ മാർഗം പര്യാപ്തമല്ല. അവ സ്ഥിതിചെയ്യുന്നത് വളരെയധികം ദൂരത്തിലാണ് എന്നതുതന്നെ കാരണം. ഈ ദൂരമളക്കാൻ മറ്റൊരു രീതിയാണ് ശാസ്ത്രജ്ഞർ അവലംബിക്കുന്നത്. ഭൂമിയുടെ ഭ്രമണപഥത്തിന്റെ വിപരീതദിശയിൽ നിന്നും ഒരു നക്ഷത്രത്തിനുണ്ടാകുന്ന തീരെച്ചെറിയ സ്ഥാനചലനം പോലും രേഖപ്പെടുത്തുന്നു. ആറു മാസത്തിലൊരിക്കൽ ഇത് കൃത്യമായി രേഖപ്പെടുത്തും. ഭൂമിയുടെ വ്യാസം അറിയാവുന്നതിനാൽത്തന്നെ ഭ്രമണപഥത്തിന്റെ രണ്ടുവശങ്ങളിൽ നിന്നും നക്ഷത്രത്തിനുണ്ടായ സ്ഥാനചലനം കണ്ടെത്താൻ സാധിക്കും. 'പാരലാക്സ് മെത്തേഡ്' (parallax method) എന്നാണു ഈ രീതി പൊതുവേ അറിയപ്പെടുന്നത്. 1000 പ്രകാശവർഷങ്ങൾവരെയുള്ള ദൂരങ്ങൾ ഇങ്ങനെ കണ്ടെത്താം.

എന്നാൽ ഗാലക്സികൾ തമ്മിലുള്ള ദൂരം ഇതിലും എത്രയോ

കൂടുതലാണ്. ഇവ തമ്മിലുള്ള ദൂരം അളക്കാൻ ഉപയോഗിക്കുന്ന മാർഗങ്ങൾ വ്യത്യസ്തമാണ്. സെഫീഡ് വാരിയബിൾസ് (Cepheid Variables) ഉപയോഗിച്ചുള്ള രീതി ഇതിലൊന്നാണ്. വളരെയേറെ തിളക്കമുള്ള, പ്രത്യേകതരം നക്ഷത്രമാണ് സെഫീഡ് അഥവാ

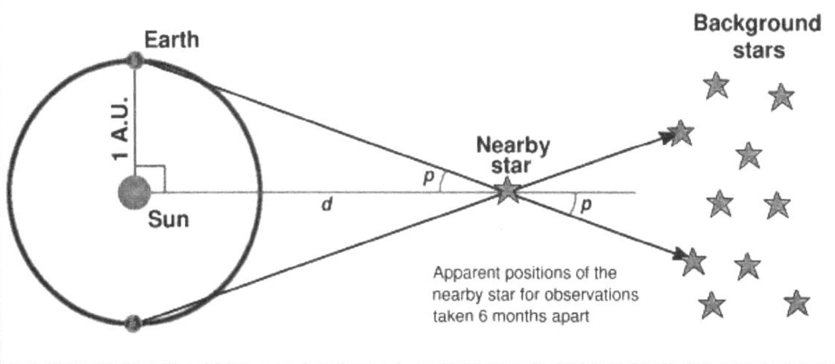

• *പാരലാക്സ് മെത്തേഡ്*

സീഫിഡ്. ഇവയുടെ പ്രകാശതീവ്രതയും, സ്പന്ദന കാലാവധിയും തമ്മിൽ പ്രബലമായ ബന്ധമുണ്ട്. കൃത്യമായ ഇടവേളകളിൽ ഇവയുടെ പ്രകാശം വ്യത്യാസപ്പെട്ടുകൊണ്ടിരിക്കും. സെഫീഡ് ചരനക്ഷത്രങ്ങൾ ഗാലക്സികൾ തമ്മിലുള്ള അകലം അളക്കുന്നതിനുള്ള പ്രധാനപ്പെട്ട ഒരു മാതൃകാ മാനകം ആയി കണക്കാക്കപ്പെടുന്നു.

പ്രപഞ്ചം എത്ര വലുത് ?

ഏറ്റവും പുതിയ കണ്ടെത്തലുകൾ പ്രകാരം പ്രപഞ്ചത്തിന്റെ പ്രായം 13.7 ബില്ല്യൺ വർഷങ്ങളാണ്. അതുകൊണ്ടുതന്നെ സൈദ്ധാന്തികമായി പറയുമ്പോൾ 13.7 ബില്ല്യൻ വർഷത്തിലധികം പഴക്കമുള്ള റേഡിയേഷനുകൾ സ്വീകരിക്കാൻ നമുക്കാവില്ല. ഇതിലധികം പഴക്കമുള്ള രശ്മികളെ കണ്ടെത്താനാവുന്നില്ല എന്നതിനർത്ഥം അതിനും മുന്നേ പ്രപഞ്ചം നിലനിന്നിരുന്നില്ല എന്നതല്ല. അനന്തതയോളം വിശാലമായി കിടക്കുന്ന പ്രപഞ്ചത്തിന് നമ്മുടെ ടെലസ്കോപ്പുകൾക്ക് കണ്ടെത്താനായതിലും കൂടുതൽ വ്യാപ്തി ഉണ്ടാവാം.

പ്രപഞ്ചത്തിനു കേന്ദ്രസ്ഥാനമുണ്ടോ?

ക്ഷീരപഥം (Milky Way) ആണ് പ്രപഞ്ചത്തിന്റെ കേന്ദ്രത്തിൽ ഉള്ളതെന്ന് ശാസ്ത്രജ്ഞർ ചിന്തിച്ചിരുന്നു. എന്നാൽ ഇത് തെറ്റാണെന്ന് പിന്നീട് മനസിലായി. യഥാർഥത്തിൽ ഗാലക്സികൾ ചലിക്കുന്നില്ല. പകരം കാറ്റു നിറയ്ക്കുമ്പോൾ ബലൂൺ വികസിക്കുന്നതുപോലെ രണ്ടു ഗാലക്സികൾ തമ്മിലുള്ള ശൂന്യസ്ഥലം (space) ഇടയ്ക്ക് വികസിക്കുന്നതു കൊണ്ടാണ് ഇവ അകന്നു പോവുന്നതുപോലെ തോന്നുന്നത് എന്ന് ഇവർ കണ്ടെത്തി. എല്ലാ ബിന്ദുക്കളും പരസ്പരം ഇങ്ങനെ സ്ഥാനചലനം സംഭവിക്കുന്നവയാണ്. അതുകൊണ്ടുതന്നെ കേന്ദ്രസ്ഥാനം എന്ന സങ്കല്പം പ്രപഞ്ചത്തിന്റെ കാര്യത്തിൽ അപ്രസക്തമാണ്. പ്രപഞ്ചത്തിന് കേന്ദ്രമില്ല.

ഭൂമിയുടെ ദിശയിൽ സഞ്ചരിക്കുന്ന ഗാലക്സികൾ ഉണ്ടോ?

പ്രപഞ്ചം വികസിച്ചുകൊണ്ടിരിക്കുകയാണ് എന്ന് നമുക്കറിയാം. നമ്മുടെ ദിശയിൽ സഞ്ചരിക്കുന്ന ഗാലക്സികളുമുണ്ട്. സെക്കന്റിൽ മുന്നൂറു കിലോമീറ്റർ വേഗതയിൽ ഭൂമിയെ സമീപിച്ചുകൊണ്ടിരിക്കുന്ന ആൻഡ്രോമീഡ ഇതിനുദാഹരണമാണ്.

ഈ വ്യത്യാസം മനസിലാക്കണമെങ്കിൽ മറ്റു ചിലകാര്യങ്ങൾ കൂടി മനസിലാക്കേണ്ടതുണ്ട്. ആദ്യം മനസിലാക്കേണ്ടത് ബഹിരാകാശത്തു കൂടിയുള്ള ഗാലക്സികളുടെ സഞ്ചാരമാണ്. ഇവയുടെ വികാസമാണ്. ഗാലക്സികളുടെ സഞ്ചാരം മണിക്കൂറിൽ നൂറു കണക്കിന് കിലോമീറ്ററുകൾ കണക്കിലാണ്. ക്ഷീരപഥത്തിനു വളരെയടുത്ത ഗാലക്സികളിൽ വികാസത്തേക്കാളുപരി ക്രമരഹിതമായ ചലനമാണ് കണക്കിലെടുക്കേണ്ടത്. എന്നാൽ വിദൂരമായ ഗാലക്സികൾക്ക് വികാസം സംഭവിക്കുന്നു. ദൂരെയുള്ള എല്ലാ ഗാലക്സികളും ഈ വികാസത്തിന്റെ ഫലമായി അകന്നകന്നു പോകുന്നു. എന്നാൽ അടുത്തുള്ള ഗാലക്സികൾ ഒന്നുകിൽ അകന്നു പോവുകയോ നമുക്ക് നേരെ ചലിക്കുകയോ ചെയ്യാം.

പ്രപഞ്ചം സ്ഥിരമായി വികസിച്ചു കൊണ്ടിരിക്കുമോ?

പ്രപഞ്ചത്തിന് എന്തു സംഭവിക്കും എന്നതിനെ കുറിച്ച് പ്രധാനമായും മൂന്ന് സാദ്ധ്യതകൾ ആണ് പറയുന്നത്. ഗുരുത്വാകർഷണം മൂലം ഈ വികാസം പൂർണ്ണമായും നിന്നുപോവാം. അല്ലെങ്കിൽ ഒരിക്കൽ നിന്ന് പോയ ശേഷം ഇതു വീണ്ടും പുനരാരംഭിക്കാം. പിന്നീട് പ്രപഞ്ചം മുഴുവൻ പൊട്ടിത്തെറിച്ച് ഇല്ലാതായേക്കാം. മറ്റൊരു സാധ്യത ഇപ്പോഴുള്ള ഈ വികാസം ഇങ്ങനെത്തന്നെ തുടരാനാണ്. അനന്തകാലത്തോളം സ്ഥിരമായി വളരെ മന്ദഗതിയിൽ വികസിച്ച് അവസാനം ഇത് നിന്നുപോയേക്കാം. മൂന്നാമത്തെ സാധ്യത സമയം കൂടുന്നതിനനുസരിച്ച് ഈ വികാസം കൂടുതൽ ത്വരിതഗതിയിൽ നടക്കുക എന്നതാണ്.

പതിനഞ്ചുവർഷം മുന്നെവരെ ആദ്യത്തെ രണ്ട് സാധ്യതകളും ഒന്നായാണ് ശാസ്ത്രജ്ഞർ കണക്കാക്കിയിരുന്നത്. പിന്നീട് വിദൂരമായ ഗാലക്സികളിലെ നക്ഷത്രങ്ങൾ തമ്മിലുള്ള കൂട്ടിയിടികൾ നിരീക്ഷിക്കവേ ഇവ നിരന്തരം വികസിച്ചു കൊണ്ടിരിക്കുകയാണെന്ന് ശാസ്ത്രജ്ഞർക്ക് മനസിലായി. ദുരൂഹമായ ഒരു ഇരുണ്ട ഊർജ്ജം (dark energy) കാരണമാണ് ഈ വികാസത്തിന് പിന്നിലെന്നാണ് ഗവേഷകർ കരുതുന്നത്.

പ്രപഞ്ചം ക്രമേണ വാസയോഗ്യമല്ലാതായിത്തീരുമോ?

കോടാനുകോടി ജീവജാലങ്ങൾ വസിക്കുന്ന ഈ പ്രപഞ്ചം ഭാവിയിൽ വാസയോഗ്യമല്ലാതായിത്തീരുമോ എന്നത് ഉത്തരം കിട്ടാത്ത ചോദ്യമാണ്. ക്രമേണ ചുരുങ്ങിച്ചുരുങ്ങി പൊട്ടിത്തെറിച്ച് ചരാചരങ്ങൾ നാമാവശേഷമായിപ്പോവാനുള്ള സാധ്യത ചെറുതല്ല എന്നാണു ശാസ്ത്രലോകം പറയുന്നത്.

പ്രപഞ്ചത്തിൽ ജീവൻ നിലനിൽക്കാനാവാത്ത ഒരു ദിനം വരുമെന്ന കാര്യത്തിൽ സംശയമേതുമില്ല. നിരന്തരം വികസിച്ചു കൊണ്ടിരിക്കുന്ന ഒരു പ്രപഞ്ചത്തിൽ ഊർജവും ദ്രവ്യവും കുറഞ്ഞു കുറഞ്ഞു വരും. പിന്നീട് ഒരുതരത്തിലുള്ള ജൈവികപ്രവർത്തനങ്ങളും സാധ്യമാകാത്ത വിധം ഊർജ്ജം തീരെ ഇല്ലാതാവും.

ഇതിനെ അതിജീവിക്കാനായി ഭൂമിയിലെ എല്ലാ പ്രവർത്തനങ്ങളും ആദ്യം തന്നെ മന്ദഗതിയിലാവും. ഇങ്ങനെ ഒരു പ്രത്യേക ബിന്ദുവിൽ എത്തുമ്പോൾ ജീവൻ ഒരിക്കലും സാധ്യമാകാതെ വരും. എല്ലാ ജീവരൂപങ്ങളും ഊർജ്ജം പുറത്തേയ്ക്ക് പ്രവഹിപ്പിക്കാൻ കഴിവുള്ളതാണ്. അന്തരീക്ഷ ഊഷ്മാവ് ജീവനുള്ള വസ്തുവിന്റെ ഊഷ്മാവിനേക്കാൾ താഴ്ന്ന നിലയിൽ ആണെങ്കിൽ മാത്രമേ ഇത് സാധ്യമാകൂ. ഈ ഊഷ്മാവിനും ഒരു താഴ്ന്നപരിധിയുണ്ട്. താപത്തിന്റെ ഏറ്റവും താഴ്ന്ന അവസ്ഥ സൂചിപ്പിക്കുവാൻ ശാസ്ത്രീയമായി ഉപയോഗിക്കുന്ന അളവാണ് കേവലപൂജ്യം (Absolute Zero). കെൽവിൻ സ്കെയിലിലെ പൂജ്യം ആണ് കേവലപൂജ്യം. കേവലപൂജ്യത്തിനു താഴെ ഒരു പദാർത്ഥത്തെയും തണുപ്പിക്കാൻ സാദ്ധ്യമല്ല. 0 ഡിഗ്രി സെന്റീഗ്രേഡിൽ നിന്ന് 273 ഡിഗ്രി താഴെയാണിതിന്റെ മൂല്യം. ഈ ഊഷ്മനില 273. 16 ഇനു തുല്യമാണ്. അണുക്കളുടേയും മാത്രകളുടെയും എല്ലാചലനങ്ങളും നിലച്ച് അവ നിസ്ചലമാകുന്ന അവസ്ഥയിലെ താപനിലയാണിത്

പ്രകാശം നേർരേഖയിൽ മാത്രമാണോ സഞ്ചരിക്കുന്നത്?

പ്രകാശം ഗുരുത്വാകർഷണബലത്തിന് വിധേയമാണ്. ഭാരക്കൂടുതലുള്ള വസ്തുക്കൾ സ്ഥലകാലത്തിൽ (space-time) വളരെയധികം സ്വാധീനം ചെലുത്തുന്നു. അടുത്തുള്ള എന്തിനേയും അവ തന്നിലേക്ക് വലിച്ചടുപ്പിക്കുവാൻ ശ്രമിക്കും. ഇങ്ങനെ അതിന്റെ പിറകിലെ പ്രകാശസ്രോതസ്സിൽ നിന്നും നിരീക്ഷകനിലേക്കുള്ള പ്രകാശത്തിന്റെ സഞ്ചാരപാഥയിൽ വരെ അവ വക്രത വരുത്തുന്നു. ഇത് സ്രോതസ്സിൽ നിന്നും നിരീക്ഷകനിലേക്ക് പ്രകാശത്തിന് എത്തിചേരാനുള്ള സമയത്തിൽ മാറ്റം വരുത്തുന്നു.

വളരെ വിദൂരമായ പ്രകാശസ്രോതസ്സിൽ (ക്വാസാർ പോലുള്ളവയിൽ) നിന്നുമുള്ള പ്രകാശം വീക്ഷകനും പ്രകാശസ്രോതസ്സിനുമിടയിൽ വളരെ പിണ്ഡമേറിയ വസ്തുക്കളുടെ സമീപത്ത് വച്ച് വളഞ്ഞു സഞ്ചരിക്കുമ്പോൾ ഗ്രാവിറ്റേഷനൽ ലെൻസ് രൂപപ്പെടുന്നു. ഈ പ്രക്രിയയെ ഗ്രാവിറ്റേഷനൽ ലെൻസിങ്ങ് എന്നും പറയുന്നു.

താരാപഥ കൂട്ടങ്ങൾ ഈ പ്രഭാവം വഴി ഗ്രാവിറ്റേഷനൽ ലെൻസുകളായി വർത്തിക്കുമെന്ന് 1979ൽ തെളിയിക്കപ്പെട്ടിരുന്നു.

ബിഗ് ബാംഗിന് മുൻപ് എന്തായിരുന്നു?

1920കളിൽ ബെൽജിയൻ ശാസ്ത്രജ്ഞനായ ഷോർഷ് ലിമൈത്ര് നലിഴ (Georges Lematire) ആണ് പ്രപഞ്ചം വികസിച്ചു കൊണ്ടിരികുകയാണ് (Mteric expansion of space) എന്ന ആശയം ആദ്യമായി അവതരിപ്പിച്ചത്. ഇതിനെ കളിയാക്കിക്കൊണ്ട് ഫ്രെഡ് ഹോയ്ൽ നൽകിയ പേരാണ് പിൽക്കാലത്ത് പ്രശസ്തമായിത്തീർന്ന ഭബിഗ് ബാങ്ങ്' അഥവാ മഹാവിസ്ഫോടനം എന്നത്. കൂടുതൽ ദൂരത്തിലുള്ള നക്ഷത്രസമൂഹങ്ങളുടെ ചുവപ്പുനീക്കം കൂടുതലാണ് എന്ന് 1929 -ൽ എഡ്വിൻ ഹബ്ൾ കണ്ടെത്തിയതോടെ നമ്മിൽ നിന്നുള്ള ദൂരവും നമ്മിൽനിന്ന് അവ അകന്നു പോകുന്നതിന്റെ വേഗതയും ബന്ധപ്പെട്ടിരിക്കയാണ് എന്നു മനസ്സിലായി. അങ്ങനെയെങ്കിൽ പണ്ട് നക്ഷത്രസമൂഹങ്ങളെല്ലാം ഒരുമിച്ചു ചേർന്നിരുന്നിരിക്കണമല്ലോ. ഈ ആശയത്തിൽ നിന്നാണ് മഹാവിസ്ഫോടന സിദ്ധാന്തംആരംഭിക്കുന്നത്.

ഏതാണ്ട് 1379 കോടി വർഷം മുമ്പായിരിക്കണം വിസ്ഫോടനം സംഭവിച്ചത്. അതിനു മുമ്പ് ഒന്നുമില്ലായിരുന്നു. ഭൂമിയില്ല, നക്ഷത്രങ്ങളില്ല, ബഹിരാകാശമില്ല. ശൂന്യത എന്നു പോലും പറയാനാവില്ല. സ്ഥലമില്ല, വായുവില്ല, ശബ്ദമില്ല. ഈ ഒന്നുമില്ലാത്ത അവസ്ഥയിൽ ഒരു വിസ്ഫോടനം. അത് ക്വാണ്ടം ബലതന്ത്രപരമായ ഒരു സാധ്യത മാത്രമാണ്. സാധാരണ ഭാഷയിൽ അതു വിശദീകരിക്കാൻ എളുപ്പമല്ല. പക്ഷേ പ്രപഞ്ചോൽപ്പത്തി പോലുള്ള കാര്യങ്ങൾ നമ്മുടെ ദൈനംദിന അനുഭവങ്ങളുടെ അടിസ്ഥാനത്തിൽ മനസ്സിലാക്കാനാകും എന്നു പ്രതീക്ഷിക്കരുത്.

മുൻപുണ്ടായിരുന്ന ഒരു പ്രപഞ്ചം പൊട്ടിത്തെറിച്ചായിരിക്കണം ബിഗ് ബാംഗ് ഉണ്ടായത് എന്ന് ഒരു സിദ്ധാന്തം പറയുന്നു. മറ്റൊരു സിദ്ധാന്ത പ്രകാരം തമോഗർത്ത (black hole) ങ്ങളിൽ നിന്നാവാം പ്രപഞ്ചോൽപ്പത്തിയെന്നു പറയുന്നു. ഇവയൊന്നും തെളിയിക്കാൻ യാതൊരു നിർവാഹവുമില്ല എന്നതാണ് പരമാർത്ഥം.

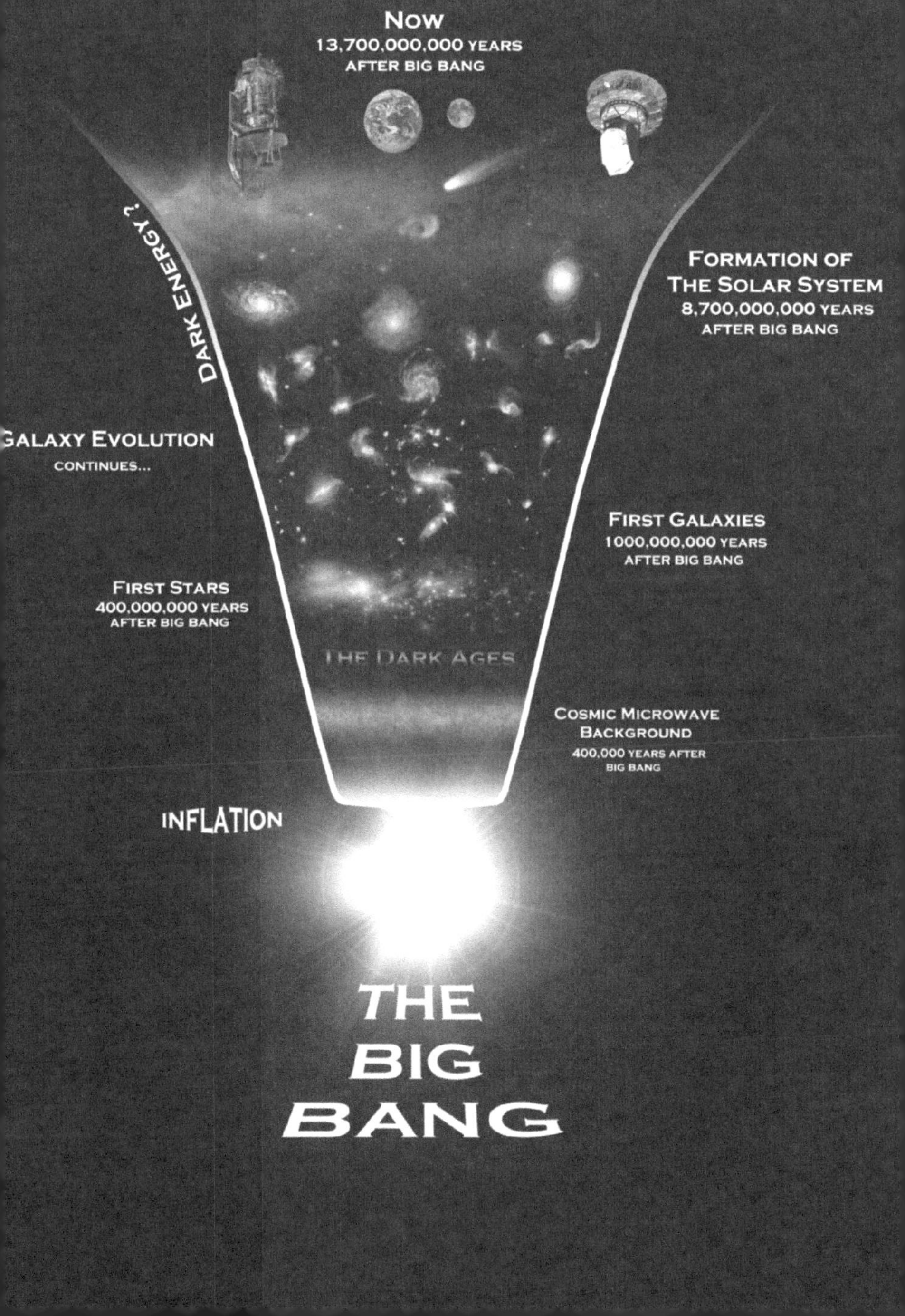
NOW
13,700,000,000 YEARS
AFTER BIG BANG
FORMATION OF
THE SOLAR SYSTEM
8,700,000,000 YEARS
AFTER BIG BANG
DARK ENERGY ?
GALAXY EVOLUTION
CONTINUES...
FIRST GALAXIES
1000,000,000 YEARS
AFTER BIG BANG
FIRST STARS
400,000,000 YEARS
AFTER BIG BANG
THE DARK AGES
COSMIC MICROWAVE
BACKGROUND
400,000 YEARS AFTER
BIG BANG
INFLATION
THE
BIG
BANG

ബിഗ് ബാംഗിന്റെ ശബ്ദം (Big Bang)

പ്രപഞ്ചത്തിന്റെ ഉത്ഭവം വിശദീകരിക്കുന്ന ഒരു ശാസ്ത്ര സിദ്ധാന്തം ആണ് മഹാവിസ്ഫോടനം. പ്രപഞ്ചോല്പത്തി വിശദീകരിക്കാൻ ഇന്ന് പൊതുവിൽ അംഗീകരിക്കപ്പെട്ടിട്ടുള്ളത് ഈ സിദ്ധാന്തമാണ്. മിക്കവാറും എല്ലാ പ്രപഞ്ചവിജ്ഞാന ശാസ്ത്രജ്ഞന്മാരും ഈ ശാസ്ത്ര സിദ്ധാന്തത്തെ അംഗീകരിച്ചിരിക്കുന്നു. ഉദ്ദേശം 1370 കോടി വർഷങ്ങൾക്ക് മുൻപ് അത്യധികം സാന്ദ്രമായതും താപവത്തായതുമായ ഒരു അവസ്ഥയിൽ നിന്നും വികസിച്ചു പ്രപഞ്ചം ഉടലെടുത്തു എന്നാണ് ഈ ശാസ്ത്ര സിദ്ധാന്തത്തിന്റെ കാതൽ.

ദ്രവ്യവും (matter) ഊർജവും (energy) മാത്രമല്ല, സ്പേസ് (space) അഥവാ ശൂന്യാകാശവും സമയവും (time) കൂടിയാണ് ബിഗ് ബാംഗ് കാരണം ഉണ്ടായത്. അതുകൊണ്ടുതന്നെ വിദൂരതയിൽ നിന്നുകൊണ്ട് ഇത് ആരെങ്കിലും നിരീക്ഷിക്കുവാനോ കേൾക്കുവാനോ ഉള്ള സാധ്യതയില്ല. ഇതിനിടയിൽ നിന്നുകൊണ്ട് ആരെങ്കിലും കേൾക്കുകയോ കാണുകയോ ചെയ്തിട്ടുണ്ടെങ്കിൽത്തന്നെ മഹാവിസ്ഫോടനത്തിന്റെ അമിതമായ ഊഷ്മാവ് കാരണം അവ നശിച്ചു പോവും. അമേരിക്കൻ ആസ്ട്രോഫിസിസ്റ്റ് ആയ ജോൺ ക്രാമർ മുൻപേ ബിഗ് ബാംഗ് ശബ്ദം പുനർസൃഷ്ടിക്കാൻ ശ്രമം നടത്തിയിരുന്നു. ഒരു വലിയ ജെറ്റ് വിമാനം നമ്മുടെ വീടിനു മുകളിൽ വെറും മുന്നൂറു മീറ്റർ ഉയരത്തിൽ പറക്കുകയാണെന്നിരിക്കട്ടെ. അപ്പോഴുണ്ടാകുന്ന ശബ്ദത്തോടാണ് അദ്ദേഹം ബിഗ്ബാംഗിന്റെ ശബ്ദത്തെ ഉപമിച്ചത്. ഇത് ശരിക്കും തെറ്റിദ്ധാരണയുളവാക്കുന്ന പ്രസ്താവനയാണ്. ഇതിനായി കുറഞ്ഞ ഫ്രീക്വൻസിയിലുള്ള ശബ്ദത്തെ 100000 ബില്ല്യൻ ബില്ല്യൻ മടങ്ങായി ഉയർത്തി കണക്കാക്കേണ്ടിവരും. അതുകൊണ്ടുതന്നെ ബിഗ് ബാംഗിന്റെ ശബ്ദം മനുഷ്യന്റെ ഇന്ദ്രിയങ്ങൾക്ക് പിടിച്ചെടുക്കാൻ കഴിയാവുന്നതല്ല.

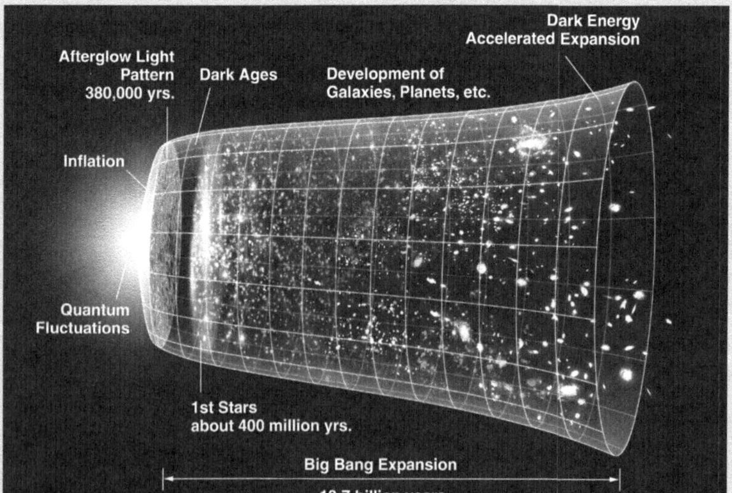

HOW OLD IS THE UNIVERSE?

പ്രപഞ്ചത്തിനെത്ര വയസായി?

എന്താണ് പശ്ചാത്തലവികിരണം ? (COSMIC MICROWAVE BACKGROUND RADIATION)

മഹാവിസ്ഫോടനത്തിന്റെ പ്രതിധ്വനി പോലെ ലോകത്തിലാകമാനം നിറഞ്ഞു നിൽക്കുന്ന രശ്മികളാണ് പശ്ചാത്തലവികിരണങ്ങൾ (COSMIC MICROWAVE BACKGROUND RADIATION)

മഹാവിസ്ഫോടന സിദ്ധാന്തം അനുസരിച്ചു നക്ഷത്രങ്ങൾ ഉണ്ടാകുന്നതിനു മുമ്പുള്ള കാലത്തു പ്രപഞ്ചത്തിന്റെ താപനില വളരെ ഉയർന്നതായിരുന്നു. വിസ്ഫോടനത്തിൽ ഉണ്ടായ ഊർജ്ജത്തിന്റെ ഒരു ഭാഗം പ്രകാശമായി പ്രപഞ്ചത്തിൽ നിറഞ്ഞു നിൽക്കുകയായിരുന്നു. ക്രമേണ പ്രപഞ്ചം വികസിക്കുകയും 2700 ഡിഗ്രീ സെൽഷ്യസ് വരെ തണുക്കുകയും ചെയ്തപ്പോൾ ഈ പ്രകാശത്തിന്റെ താപനിലയും കുറഞ്ഞു. പ്ലാസ്മ സുതാര്യമായി തീരുകയും ഇതിലൂടെ വൈദ്യുത കാന്തിക തരംഗങ്ങൾക്ക് അനായാസം സഞ്ചരിക്കാൻ സാധ്യമായി തീരുകയും ചെയ്തു.

അങ്ങനെ ഗാമ രശ്മികളുണ്ടായിരുന്ന സ്ഥാനത്തു ക്രമേണ ദൃശ്യമായ പ്രകാശവും ഇൻഫ്രാറെഡ് രശ്മികളും ഒടുവിൽ മൈക്രോവേവ് തരംഗവും ആയിത്തീർന്നു.

താപനില 2. 725 കെൽവിൻ ആയിരിക്കുന്ന ഒരു തമോവസ്തുവിന്റെ സ്പെക്ൾട്രമാണു ഇന്നു കാണുന്ന പശ്ചാത്തലവികിരണത്തിനുള്ളത്. അതായത് അബ്സല്യൂട്ട് സീറോയിൽ നിന്നും 2. 725 കെൽവിൻ ഉയർന്നതാണ് ഇതിന്റെ താപനില. ഇതിന്റെ കൃത്യമായ നിർണ്ണയം പ്രപഞ്ചത്തെക്കുറിച്ച് മനസ്സിലാക്കുന്നതിനു വളരെ ആവശ്യമാണ്.

വേറെയും പ്രപഞ്ചങ്ങൾ ഉണ്ടോ?

കണികാഭൗതികത്തിലെ വികസിച്ചുകൊണ്ടിരിക്കുന്ന ഒരു സിദ്ധാന്തമാണ് സ്ട്രിങ്ങ് സിദ്ധാന്തം. ക്വാണ്ടം സിദ്ധാന്തങ്ങളും സാമാന്യ ആപേക്ഷികതയും സംയോജിപ്പിക്കുക എന്നതാണ് ഇതിന്റെ പ്രധാന ദൗത്യം. ഓരോ ക്വാർക്കുകൾ, ഇലക്ട്രോണുകൾ, ആറ്റങ്ങൾ എന്നിവയെല്ലാം ഏകതലത്തിലുള്ള സ്ട്രിങ്ങുകളുടെ കമ്പനങ്ങളുടെ ആകെത്തുകയായി കാണുകയാണ് ഇതിന്റെ അടിസ്ഥാനം.

ഈ സ്ട്രിങ്ങുകൾക്ക് വീതിയോ ഉയരമോ ഉണ്ടായിരിക്കുകയില്ല. ഇവയുടെ വിവിധതരത്തിലുള്ള കമ്പനങ്ങളാണ് കണങ്ങൾക്ക് അവയുടെ വിവിധ സ്വഭാവങ്ങൾക്ക് കാരണമാകുന്നത്.

ഇത് പ്രകാരം വേറെയും പ്രപഞ്ചങ്ങൾ നിലനിൽക്കാനുള്ള സാധ്യത നമുക്ക് തള്ളിക്കളയാനാവില്ല. ഓരോ പ്രപഞ്ചവും നിയന്ത്രിക്കപ്പെടുന്നത് വെവ്വേറെ പ്രകൃതി നിയമങ്ങൾക്കനുസരിച്ചാവാം. അതുകൊണ്ടുതന്നെ എല്ലാ പ്രപഞ്ചങ്ങൾക്കും ജീവൻ ഉൾക്കൊള്ളാൻ ആവണം എന്നില്ല.

ജീവൻ ഉണ്ടാകാനുള്ള സാധ്യതകൾ നിലനിൽക്കുന്ന മറ്റൊരു പ്രപഞ്ചം ഉണ്ടായിക്കൂടെന്നില്ലന്നാണ് ശാസ്ത്രജ്ഞരുടെ പക്ഷം.

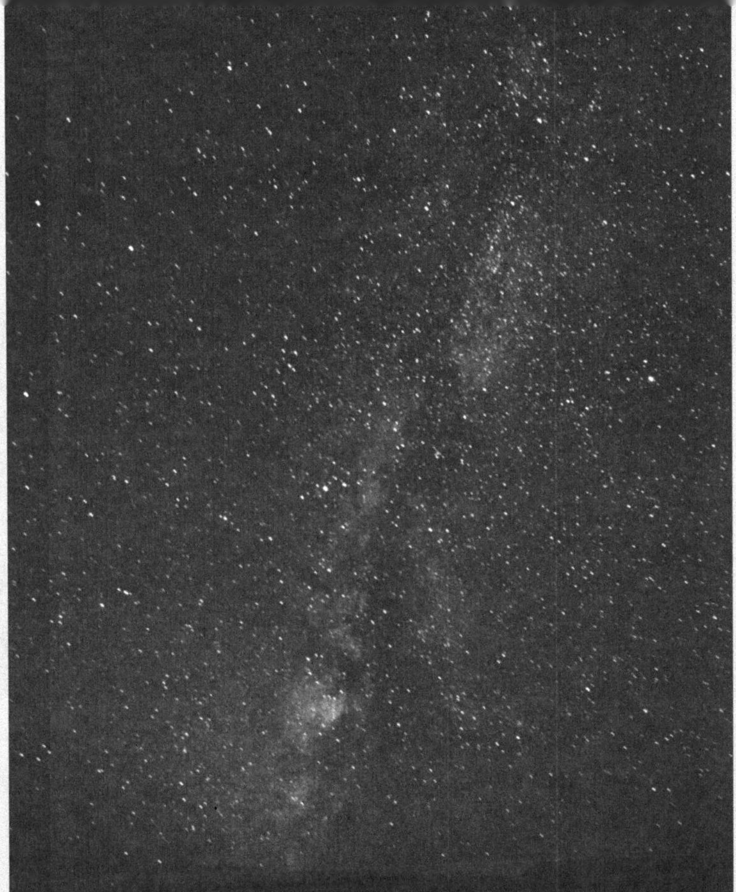

താരാപഥമെന്നാലെന്താണ്?

മിക്ക താരാപഥങ്ങളും മറ്റു ഗാലക്സികളുമായി ബന്ധപ്പെട്ടാണ് കാണപ്പെടുന്നതെന്ന് നിരീക്ഷണങ്ങൾ സൂചിപ്പിക്കുന്നു. കഴിഞ്ഞ നൂറുകോടി വർഷങ്ങളായി തുല്യവലിപ്പമുള്ള താരാപഥങ്ങളുമായി യാതൊരു പരസ്പരപ്രവർത്തനവും നടത്തിയിട്ടില്ലാത്ത ഒറ്റപ്പെട്ട താരാപഥങ്ങൾ വിരളമാണ്. അഞ്ച് ശതമാനത്തോളം താരാപഥങ്ങൾ മാത്രമേ പ്രപഞ്ചത്തിൽ ഒറ്റപ്പെട്ടതായി കണ്ടെത്തിയിട്ടുള്ളൂ.

നമ്മുടെ ആകാശഗംഗ തന്നെ ഇതിനുദാഹരണം. എണ്ണമില്ലാത്ത നക്ഷത്രങ്ങളുടെ വ്യൂഹമാണ് ആകാശഗംഗ.

എന്താണ് പ്രപഞ്ചം?

പ്രപഞ്ചത്തിൽ നക്ഷത്രങ്ങൾ ക്രമരഹിതമായാണ് വിന്യസിക്കപ്പെട്ടിരിക്കുന്നത്. ഇങ്ങനെയുള്ള നക്ഷത്രങ്ങളും നക്ഷത്രാവശിഷ്ട ങ്ങളും നക്ഷത്രാന്തരീയമാദ്ധ്യമവും തമോദ്രവ്യവും ചേർന്നുള്ള പിണ്ഡമേറിയതും ഗുരുത്വാകർഷണബന്ധിതവുമായ വ്യൂഹമാണ് താരാപഥം അഥവാ ഗാലക്സി. ഒരു കോടിയോളം നക്ഷത്രങ്ങൾ അടങ്ങുന്ന കുള്ളൻ ഗാലക്സികൾ തൊട്ട് ഒരു ലക്ഷം കോടി നക്ഷത്രങ്ങൾ അടങ്ങുന്ന അതിഭീമ ഗാലക്സികൾ വരെ പ്രപഞ്ചത്തിൽ ഉണ്ട്.

രൂപമനുസരിച്ച് താരാപഥങ്ങളെ തരംതിരിച്ചിരിക്കുന്നു.

- *ദീർഘവൃത്താകാര താരാപഥങ്ങൾ (എലിപ്റ്റിക്കൽ ഗാലക്സി),*
- *സർപ്പിള താരാപഥങ്ങൾ (സ്പൈറൽ ഗാലക്സി)*

എന്നിവയാണ് സാധാരണ കാണുന്ന രൂപങ്ങൾ. വിചിത്രമോ അസാധാരണമോ ആയ രൂപമുള്ള താരാപഥങ്ങൾ പെക്യൂലിയർ ഗാലക്സികൾ എന്നറിയപ്പെടുന്നു.

- *കൃത്യമായ ഘടന കൽപിക്കാനാകാത്ത ചെറിയ താരാപഥങ്ങളെ അനിയത താരാപഥങ്ങൾ* (irregular galaxies) *എന്നു വിളിക്കുന്നു.*

പതിനായിരം കോടിയിലേറെ താരാപഥങ്ങൾ ദൃശ്യപ്രപഞ്ചത്തിൽ ഉള്ളതായി കണക്കാക്കുന്നു.

എത്ര ഗാലക്സികളെ നമുക്ക് കാണാനാവും ?

സെപ്റ്റംബർ 2003 മുതൽ ജനുവരി 2004 വരെയുള്ള കാലയളവിൽ ബഹിരാകാശ നിരീക്ഷണ ചരിത്രത്തിലെ ഏറ്റവും ദൈർഘ്യമേറിയ തുറന്നു കാട്ടലാണ് ഹബിൾ സ്പേസ് ടെലസ്കോപ്പ് നടത്തിയത്. ഹബിൾ ഡീപ് ഫീൽഡ് നിരീക്ഷണത്തിൽ നിന്നും പ്രപഞ്ചത്തിൽ ഏതാണ്ട് 1. 25× 1011 താരാപഥങ്ങളുണ്ടെന്നും കണക്കാക്കാനായി. ദൃശ്യപ്രകാശത്തിനു പുറമെയുള്ള വൈദ്യുതകാന്തികവർണ്ണരാജിയിലെ വികിരണങ്ങളിൽ നിരീക്ഷണങ്ങൾ നടത്താൻ സഹായിക്കുന്ന റേഡിയോ ദൂരദർശിനികൾ, ഇൻഫ്രാറെഡ് കാമറകൾ, എക്സ്റേ ദുരദർശിനികൾ എന്നിവയുപയോഗിച്ച് ഹബിളിന് കാണാൻ സാധിക്കാതിരുന്ന താരാപഥങ്ങളും നമുക്ക് നിരീക്ഷിക്കാനായിട്ടുണ്ട്. ആകാശഗംഗ മറയ്ക്കുന്ന ആകാശഭാഗത്തിലെ താരാപഥങ്ങൾ ഇതിൽ പെടുന്നു.

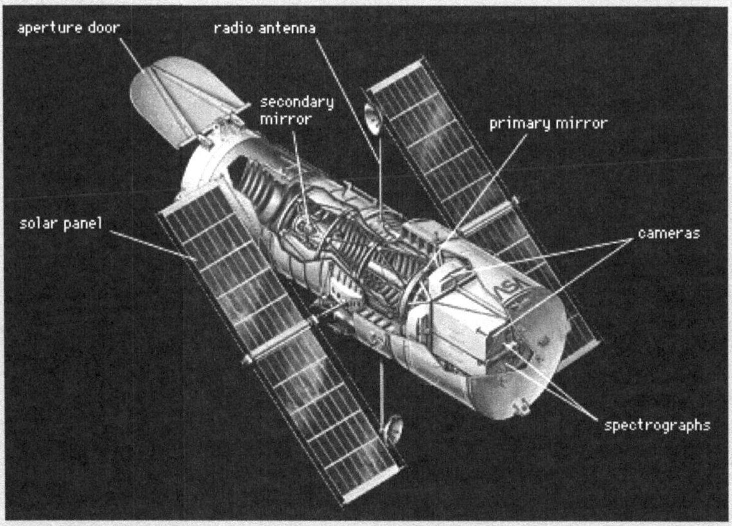

• *ഹബിൾ സ്പേസ് ടെലസ്കോപ്പ്*

തമോശക്തികൾ പ്രപഞ്ചത്തെ നിയന്ത്രിക്കുന്നുണ്ടോ?

നക്ഷത്രങ്ങളിൽ ഗ്രഹങ്ങളിൽ നിന്നുമുള്ള ദ്രവ്യവും ലോകത്തുള്ള എല്ലാ ചരാചരങ്ങളെയും ഒരുമിച്ചു കൂട്ടിയാൽ പോലും അത് പ്രപഞ്ചത്തിന്റെ വളരെ ചെറിയൊരു അംശം മാത്രമേ ആവുന്നുള്ളൂ. പഠനങ്ങൾ പറയുന്നത് പ്രപഞ്ചം 24% ഡാർക്ക് എനർജി, 22% തമോദ്രവ്യം (Dark Mater) ഇവ കൂടാതെ വെറും നാലു ശതമാനത്തോളം സാധാരണ ഊർജ്ജവുമുണ്ട് (Normal Matter) ഇതിൽ. ഈ ഊർജ്ജത്തെക്കുറിച്ച് നമുക്ക് മനസിലാക്കാൻ സാധിക്കും. പ്രപഞ്ചത്തിലെ ആകെ ഊർജ്ജത്തിന്റെ ഏകദേശം 73 ശതമാനം വരുന്ന, ഗുരുത്വാകർഷണത്തിന് എതിരെ പ്രവർത്തിച്ച് പ്രപഞ്ചത്തിന്റെ വികാസത്തിന്റെ ത്വരണം കൂട്ടുന്ന സാങ്കല്പിക ഊർജ്ജരൂപമാണ് തമോ ഊർജ്ജം (Dark Energy) . തമോ ഊർജ്ജത്തിന്റെ സ്വഭാവവും പ്രത്യേകതകളും കൃത്യമായി നിർണയിക്കുക എന്നത് വളരെ ബുദ്ധിമുട്ടേറിയ സംഗതിയാണ്.

തൊട്ടടുത്ത ഗാലക്സിയിലേയ്ക്കുള്ള ദൂരം

ഉത്തരാർദ്ധഖഗോളത്തിലെ ഒരു നക്ഷത്രരാശിയാണ് ബൃഹച്ഛ്വാനം (Canis Major). ഇതിന് ഒരു വലിയ നായയുടെ ആകൃതി കല്പിക്കപ്പെടുന്നു. Canis Major Dwarf Galaxy യാണ് ഭൂമിയോട് ഏറ്റവും അടുത്ത ഗാലക്സിയായി കണക്കാക്കപ്പെടുന്നത്. ഇത് സൗരയൂഥത്തിൽ നിന്നും വെറും 25000 പ്രകാശവർഷം അകലെയാണ്. ക്ഷീരപഥത്തിൽ നിന്നുള്ള ദൂരം 42000 പ്രകാശവർഷങ്ങൾ വരും. ഗുരുത്വാകർഷണം മൂലമുണ്ടാകുന്ന വലിവു കാരണം കാലക്രമേണ ഇല്ലാതായിക്കൊണ്ടിരിക്കുന്ന ഒന്നാണിത്.

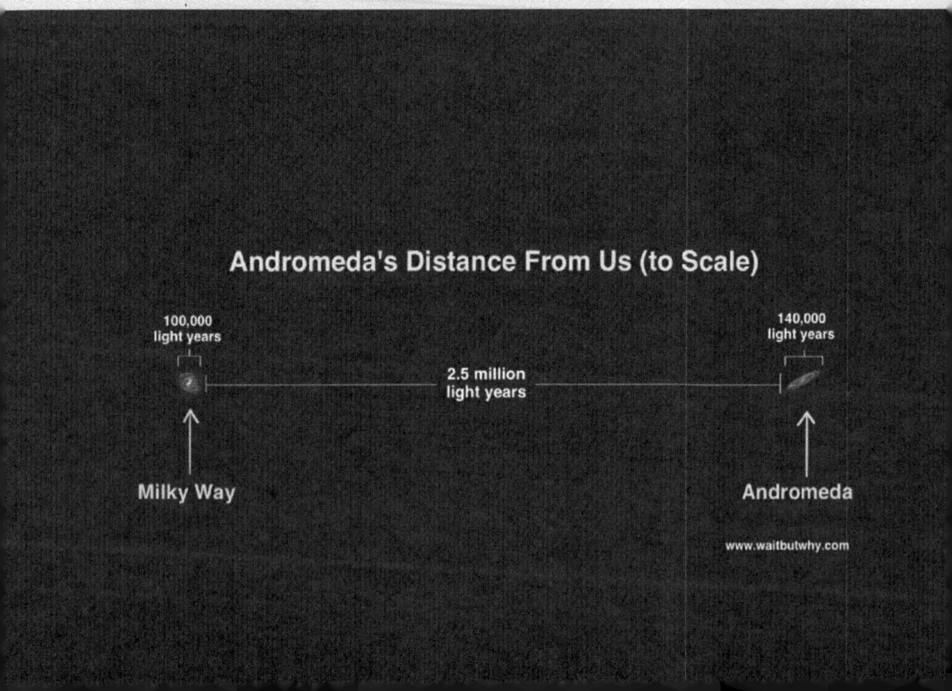

ക്വാസാറുകൾ (quasar) എന്നാലെന്ത്?

പ്രപഞ്ചത്തിൽ ഏറ്റവും കൂടുതൽ പ്രകാശമുള്ള വസ്തുക്കെളയാണ് ക്വാസാറുകൾ (quasi-stellar radio sources) എന്ന് വിളിക്കുന്നത്. ലോകത്തുള്ള മുഴുവൻ ഗാലക്സികളും ഒരുമിച്ച് വിസരിപ്പിക്കുന്ന ഊർജ്ജത്തെക്കാളും കൂടിയ ഊർജ്ജമാണ് ഇത് പുറത്തേയ്ക്ക് വിടുന്നത്. ചില ഗാലക്സികളുടെ ഹൃദയഭാഗത്തായാണ് ഇവ സ്ഥിതി ചെയ്യുന്നത് എന്ന് ഗവേഷകർ കണ്ടെത്തിയിരുന്നു.

സജീവമായ താരാപഥ കേന്ദ്രത്തോടു കൂടിയതും ഉയർന്ന ഊർജ്ജത്തോടുകൂടിയ റേഡിയോ വികിരണ സ്രോതസ്സുമായ താരാപഥമാണിത്. റേഡിയോ തരംഗങ്ങൾ, ദൃശ്യപ്രകാശം എന്നിവയെല്ലാം ഇത് വികിരണം ചെയ്യുന്നുണ്ട്. താരാപഥങ്ങളെ പോലെ വികസിച്ച രൂപത്തിലല്ല, പകരം നക്ഷത്രങ്ങളെ പോലെ ബിന്ദുക്കളായാണ് ഇവ കാണപ്പെടുന്നത്. സൂര്യന്റെ അനേകമിരട്ടി ഭാരമുള്ള ഭീമാകാരങ്ങളായ തമോഗർത്തങ്ങളിൽ നിന്നുമാണ് ഇവയ്ക്കു വേണ്ട ഊർജ്ജം ലഭിക്കുന്നത് എന്ന് പറയപ്പെടുന്നു. കോസ്മിക് വാക്വം ക്ലീനറുകളെപ്പോലെ ഇവ ഊർജ്ജം ചുറ്റുപാടുകളിൽ നിന്നും വലിച്ചെടുക്കുകയാണ് ചെയ്യുന്നത്. പിന്നീട് സങ്കൽപ്പിക്കാനാവാത്തത്രയും അളവ് ഊർജ്ജം ചുറ്റുപാടുകളിലേയ്ക്ക് പ്രസരിപ്പിക്കുകയും ചെയ്യുന്നു.

ആകാശത്തെത്ര നക്ഷത്രങ്ങളുണ്ട് ?

നഗ്നനേത്രങ്ങൾ കൊണ്ട് നമുക്ക് ഏകദേശം മൂവായിരം നക്ഷത്രങ്ങളെ കാണാൻ സാധിക്കും. ടെലസ്കോപ്പ് വഴി നോക്കുമ്പോൾ കാണാനാവുന്നത് ഇതിലുമെത്രയോ കൂടുതൽ. യഥാർഥത്തിൽ നമ്മുടെ ഗാലക്സിയിൽ മാത്രം ഏകദേശം 200 ബില്ല്യൻ നക്ഷത്രങ്ങളെ കാണാൻ സാധിക്കും.

നക്ഷത്രരാശികൾക്ക് പേരിട്ടതാര്?

പുരാതനകാലം മുതൽക്കു തന്നെ ആദിമമനുഷ്യൻ ആകാശത്തിലെ നക്ഷത്രക്കൂട്ടങ്ങൾക്ക് പേരിട്ടു തുടങ്ങിയിരുന്നു. നക്ഷത്രക്കൂട്ടങ്ങളെ അവർ തങ്ങളുടെ ചുറ്റുപാടുകളിൽ നിന്നുള്ളതോ പരിചിതമായതോ ആയ ജീവജാലങ്ങളുടെ രൂപവുമായി സാമ്യപ്പെടുത്തി. തിരിച്ചറിയാനായി അവയ്ക്ക് രൂപമനുസരിച്ചുള്ള പേരുകൾ നൽകി. ബി.സി. 1100 മുതലെങ്കിലും ഭാരതത്തിൽ നക്ഷത്രങ്ങളേയും നക്ഷത്രക്കൂട്ടങ്ങളേയും

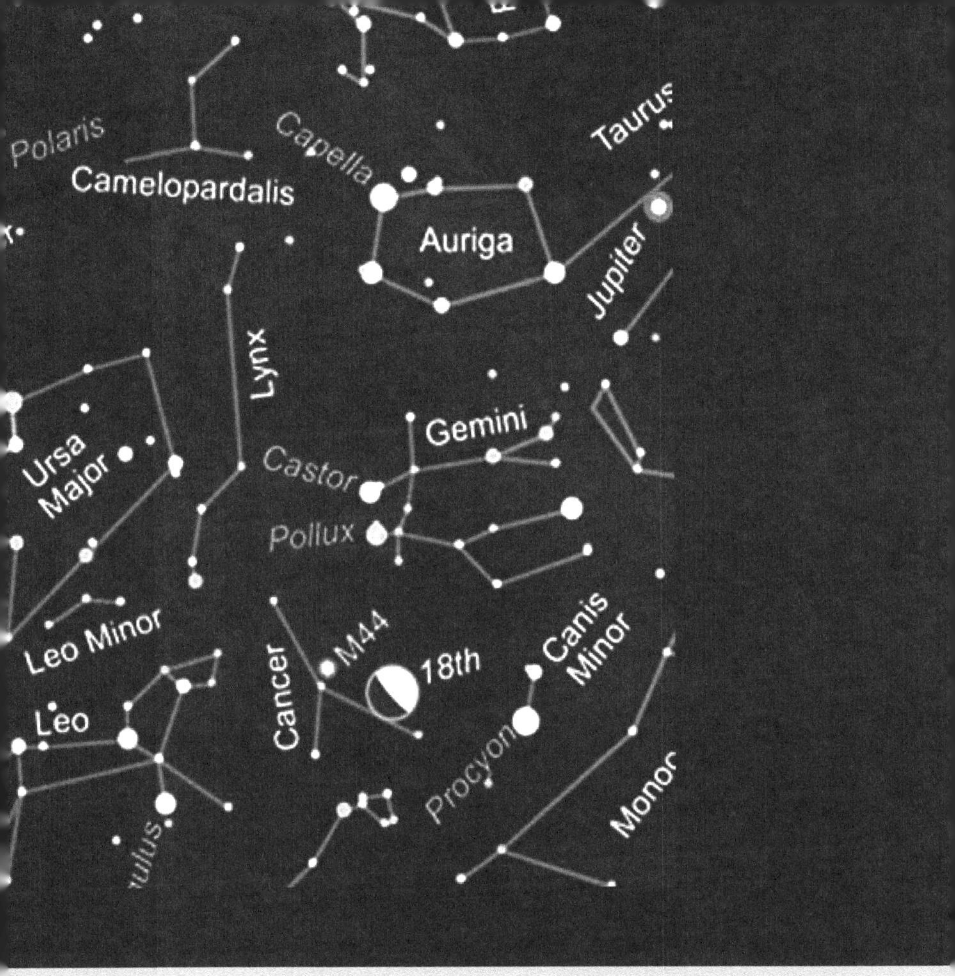

തിരിച്ചറിയാൻ പേരിട്ടു തുടങ്ങിയിരുന്നു. ഗ്രീക്കുകാരും നക്ഷത്ര രാശികളെ തിരിച്ചറിയാൻ ഒട്ടും പുറകിലായിരുന്നില്ല. ഇന്ന് നമ്മൾ തിരിച്ചറിയുന്ന പന്ത്രണ്ടു രാശികളും ബാബിലോണിയൻ കാലഘട്ടത്തിൽ പേരിട്ടവയാണ്. ഉത്തരാകാശത്തിലെ മറ്റു നക്ഷത്രക്കൂട്ടങ്ങളെ പേരു ചൊല്ലി വിളിച്ചത് ഗ്രീക്കുകാരാണെന്നും കരുതപ്പെടുന്നു. രണ്ടായിരം വർഷങ്ങൾക്കു മുൻപ് ഗ്രീക്ക് ഗണിതശാസ്ത്രജ്ഞനായ ഇറാത്തോസ്തനീസ്, ടോളമി എന്നിവർ ചേർന്ന് 48 നക്ഷത്രക്കൂട്ടങ്ങളെക്കുറിച്ച് എഴുതിയിരുന്നു. ഇതിൽ അധികം പേരുകളും ഗ്രീക്ക് മിത്തോളജിയുമായി ബന്ധപ്പെട്ടവയായിരുന്നു. അടുത്ത കാലത്തായി ദക്ഷിണാർദ്ധഗോളത്തിൽ കൂടുതൽ നക്ഷത്രസമൂഹങ്ങളുടെ കണ്ടെത്തലുകൾ നടന്നുവരുന്നുണ്ട്. 1928ൽ ഇന്റർനാഷണൽ അസ്ട്രോണമിക്കൽ യൂണിയൻ 88 നക്ഷത്രസമൂഹങ്ങളുടെ പൂർണവിവരങ്ങൾ പുറത്തു വിട്ടിരുന്നു.

നക്ഷത്രരാശികൾ എത്ര അകലെ സ്ഥിതി ചെയ്യുന്നു?

നക്ഷത്രരാശികൾ എന്നത് യഥാർത്ഥത്തിൽ നക്ഷത്രങ്ങളുടെ കൂട്ടമല്ല! ആകാശത്ത് ദിശ കാണിക്കാൻ അവ സഹായിക്കുന്നു എന്നേയുള്ളൂ. പുരാതന മനുഷ്യർ തങ്ങളുടെ ഭാവനയ്ക്കനുസരിച്ച് ആകാശത്ത് ചിതറിക്കിടക്കുന്ന തിളക്കമുള്ള നക്ഷത്രങ്ങളെ വിവിധ രൂപങ്ങളായി സങ്കൽപ്പിച്ചു. യഥാർഥത്തിൽ നക്ഷത്രരാശികൾ എന്നത് മനുഷ്യരുടെ വെറും ഭാവന മാത്രമായതിനാൽ തന്നെ ഇവയുടെ ദൂരം എത്ര എന്നൊന്നും പറയാനാവില്ല. ഒരു കൂട്ടത്തിൽ തന്നെ ഓരോ നക്ഷത്രവും ഓരോ ദൂരത്തിലാണ് സ്ഥിതി ചെയ്യുന്നത്. ഉദാഹരണത്തിന് Great Bear എന്ന നക്ഷത്രരാശിയിലെ നക്ഷത്രങ്ങൾ 55 മുതൽ 93 പ്രകാശ വർഷങ്ങൾക്കിടയിലാണ് ഉള്ളത്.

എന്താണ് രാശിചക്രം?

ഓരോ സമയത്തും സൂര്യൻ ഓരോ നക്ഷത്രരാശിയിലൂടെയാണ് കടന്നുപോകുന്നത്. ഇതിനനുസരിച്ച് ക്രാന്തിവൃത്തത്തിനു സമീപത്തുള്ള നക്ഷത്രരാശികളെ എല്ലാം ചേർത്ത് ഒരു ചക്രത്തിന്റെ രൂപത്തിൽ സങ്കല്പിക്കുന്നതാണ് ആണ് രാശിചക്രം അഥവാ സൗരരാശി എന്ന് അറിയപ്പെടുന്നത്. സൂര്യരാശി എന്നും ഇതിനു പേരുണ്ട്. ഇംഗ്ലീഷിൽ സോഡിയാക് (zodiac) എന്ന പേരിൽ അറിയപ്പെടുന്നു.

ഒരു വൃത്തത്തിന്റെ ആവൃത്തി 360° ആണല്ലോ. നമ്മുടെ പൂർവികർ ഈ രാശിചക്രത്തെ 30° വീതമുള്ള 12 തുല്ല്യ ഭാഗങ്ങളായി വിഭജിച്ചു. ഓരോ ഭാഗത്തും ഉള്ള നക്ഷത്ര രാശിയുടെ രൂപത്തിനനുസരിച്ച് അതിന് ഓരോ പേരും കൊടുത്തു. മീനിന്റെ രൂപമുള്ള നക്ഷത്ര രാശിയെ മീനം എന്നും, സിംഹത്തിന്റെ രൂപം ഉള്ള രാശിയെ ചിങ്ങം എന്നും അതു പോലെ രാശിചക്രത്തിലെ ഓരോ നക്ഷത്രരാശിക്കും അതിന്റെ രൂപത്തിനനുസരിച്ച് ഓരോ പേര് കൊടുത്തു.

ഖഗോളം ഭൂമിയുടെ ചുറ്റും തിരിയുമ്പോൾ 30 ദിവസത്തോളം സൂര്യൻ ഈ 12 രാശികളിൽ ഒന്നിന്റെ ഉള്ളിൽ ആയിരിക്കും. അപ്പോൾ ആ മാസത്തെ നമ്മൾ ആ രാശിയുടെ പേരിട്ട് വിളിക്കുന്നു. ഉദാഹരണത്തിന് ചിങ്ങമാസം ആണെന്ന് പറഞ്ഞാൽ അതിന്റെ അർത്ഥം സൂര്യൻ ഇപ്പോൾ ചിങ്ങം രാശിയിൽ ആണ് എന്നാണ്.

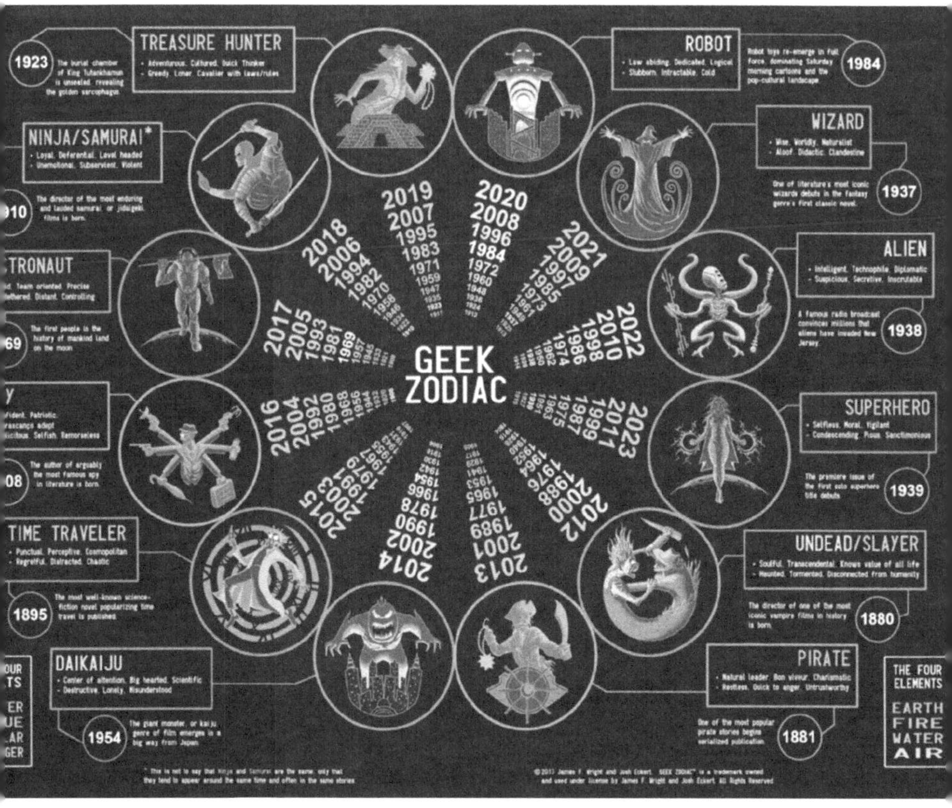

എന്താണ് നക്ഷത്രങ്ങൾ ?

ഓരോ നക്ഷത്രവും ഓരോ സൂര്യന്മാരാണ് എന്ന് പറയുന്നതിൽ തെറ്റില്ല. ഭീമമായ ഊർജ്ജം ഉത്പാദിപ്പിച്ചുകൊണ്ട് ഹൈഡ്രജൻ ഹീലിയമായി പരിവർത്തനം ചെയ്യുന്ന അണുസംയോജന പ്രക്രിയയാണ് നക്ഷത്രങ്ങൾക്കുള്ളിൽ നടക്കുന്നത്. ഇതുവഴി ധാരാളം ഊർജ്ജം ഉണ്ടാകുന്നു. ഈ ഊർജ്ജം താപവും പ്രകാശവുമായി ബാഹ്യാകാശത്തിലേക്കു പ്രസരിക്കുന്നു. സൂര്യനിൽ നിന്നും ഇത്തരത്തിൽ വമിക്കുന്ന കിരണപ്രസരം ആണ് ഭൂമിയിൽ ജീവൻ നിലനിർത്തുന്നതിനുവേണ്ടിയുള്ള ഊർജ്ജത്തിന്റെ ഉറവിടം. ഹീലിയത്തിനെക്കാൾ ഭാരമുള്ള ഏതാണ്ട് എല്ലാ മൂലകങ്ങളും ഉണ്ടായിട്ടുള്ളത് നക്ഷത്രങ്ങളിലെ അണുസംയോജനം വഴിയാണ്.

ഭൂമിയോട് ഏറ്റവും അടുത്ത് കിടക്കുന്ന നക്ഷത്രമാണ് സൂര്യൻ, ഭൂമിയിലെ ഭൂരിഭാഗം ഊർജ്ജത്തിന്റേയും ഉറവിടം സൂര്യനാണ്.

സൂര്യൻ മഞ്ഞ നിറത്തിലും നക്ഷത്രങ്ങൾ വെള്ളനിറത്തിലും കാണപ്പെടുന്നത് എന്തുകൊണ്ട് ?

ഭൂമിയുടെ അന്തരീക്ഷത്തിൽ സംഭവിക്കുന്ന വിസരണം മൂലം സൂര്യൻ മഞ്ഞനിറത്തിൽ കാണപ്പെടുന്നുവെങ്കിലും സൂര്യന്റെ യഥാർത്ഥനിറം വെള്ളയാണ്.

ഭൂമിയിൽ നിന്നുള്ള അകലവും നക്ഷത്രത്തിന്റെ യഥാർത്ഥ നിറവുമാണ് കാഴ്ചയിലുള്ള നിറം നിർണ്ണയിക്കുന്നത്. സിറിയസ് (രുദ്രൻ) കനോപ്പസ് (അഗസ്ത്യൻ), ആൽഫാസെന്റാറി, വേഗ, ചോതി, റീഗൽ, തിരുവാതിര തുടങ്ങിയവ കാഴ്ചയിൽ ശോഭയേറിയ നക്ഷത്രങ്ങളാണ്. നീല, വെള്ള, മഞ്ഞ, ഓറഞ്ച്, ചുവപ്പ് എന്നിങ്ങനെ നക്ഷത്രങ്ങൾ പല നിറത്തിൽ കാണപ്പെടുന്നു. റീഗൽ ഒരു നീല നക്ഷത്രമാണ്. തിരുവാതിര ചുവപ്പും. നക്ഷത്രങ്ങളുടെ നിറം നിർണ്ണയിക്കുന്നത് അതിന്റെ ഉപരിതലത്തിലെ താപനിലയാണ്. നീല നക്ഷത്രങ്ങൾക്കാണ് ചൂട് കൂടുതൽ. ചുവപ്പ് താപനില ഏറ്റവും കുറവുള്ളതും.

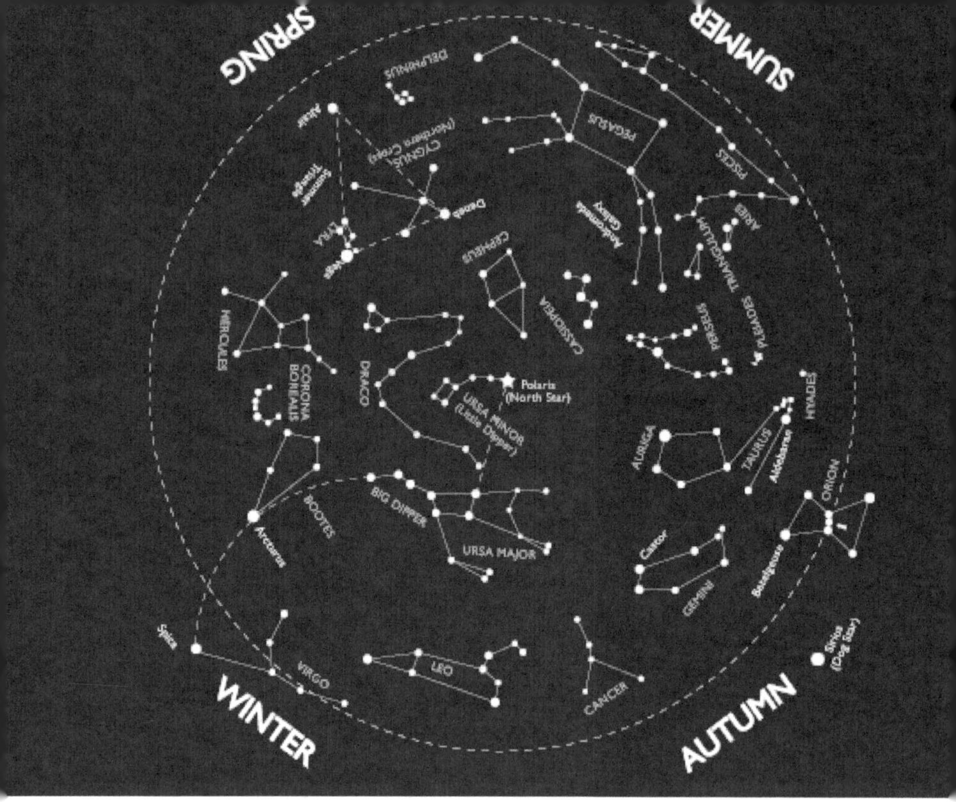

ഋതുക്കൾ മാറുന്നതിനനുസരിച്ച് വ്യത്യസ്ത നക്ഷത്രരാശികൾ കാണുന്നതെന്തുകൊണ്ട്?

നഗ്നനേത്രങ്ങൾ കൊണ്ട് നോക്കിയാൽത്തന്നെ ആകാശത്ത് നിരവധി നക്ഷത്രങ്ങളെ നമുക്ക് കാണാൻ സാധിക്കും. പകൽ സമയത്ത് നക്ഷത്രങ്ങളെ കാണാനാവില്ല. സൂര്യനിൽ നിന്നുള്ള പ്രകാശത്തിനു അന്തരീക്ഷത്തിൽ വച്ച് പ്രകീർണ്ണനം (Scattering) സംഭവിക്കുന്നതിനാലാണ് ഇത്. ഒരു അർദ്ധഗോളത്തിലെ നക്ഷത്രങ്ങളെ മാത്രമേ നാം കാണുന്നുള്ളൂ. നക്ഷത്രങ്ങളുടെ സ്ഥാനം നിരന്തരം മാറിക്കൊണ്ടിരിക്കുന്നു. ഭൂമി സൂര്യന് ചുറ്റുമുള്ള ഭ്രമണപഥത്തിലൂടെ സഞ്ചരിക്കുന്നുണ്ടെന്ന് നമുക്കറിയാം. വേനൽക്കാലത്ത് കാണുന്ന നക്ഷത്രങ്ങളുടെ നേരെ എതിർദിശയിൽ സ്ഥിതി ചെയ്യുന്ന നക്ഷത്രങ്ങളെയാണ് ശീതകാലത്ത് നാം കാണുന്നത്.

നക്ഷത്രങ്ങൾ ഭാവിയെ സ്വാധീനിക്കുമോ?

ജ്യോൽസ്യന്മാർ പറയുന്നത് സൂര്യൻ, ചന്ദ്രൻ, നക്ഷത്രങ്ങൾ എന്നിവയുടെ സ്ഥാനം നമ്മുടെ ഭാവിയെ സ്വാധീനിക്കുമെന്നാണ്. എന്നാൽ ആധുനികശാസ്ത്രം ഈ വാദത്തെ അപ്പാടെ തള്ളിക്കളയുന്നു. ദിനപത്രങ്ങളിലെ ദിവസഫലം കാണുമ്പോൾ തന്നെ ഇത് മനസിലാക്കാൻ സാധിക്കും. വളരെ ബുദ്ധിപൂർവ്വം കെട്ടിച്ചമച്ച ഇത്തരം തട്ടിപ്പുകൾ ഇന്നും നടക്കുന്നുണ്ട്.

നക്ഷത്രങ്ങൾ തിളങ്ങുന്നത് എന്തുകൊണ്ട്?

ഈ പ്രതിഭാസത്തിനു കാരണം ഭൂമിയിലെ അന്തരീക്ഷത്തിലെ വായുവിന്റെ ചലനമാണ്. അതായത് നക്ഷത്രങ്ങളിൽ നിന്നെത്തുന്ന പ്രകാശത്തിൽ ഒരു ഭാഗം ഭൂമിയിലെ അന്തരീക്ഷത്തിലെ വായുവിന്റെ ചലനം മൂലം വളഞ്ഞും മറ്റേ ഭാഗം നേരിട്ടും നിരീക്ഷകന്റെ കണ്ണിൽ എത്തിച്ചേരുന്നു. അങ്ങനെ നക്ഷത്രം മിന്നുന്നതായി തോന്നുന്നു.

ചക്രവാളത്തിനടുത്ത് സ്ഥിതിചെയ്യുന്ന നക്ഷത്രങ്ങളായിരിക്കും ഇത്തരത്തിൽ കൂടുതൽ മിന്നിത്തിളങ്ങുക കാരണം അപ്പോഴായിരിക്കും നിരീക്ഷകനും നക്ഷത്രത്തിനും ഇടയിൽ ഭൂമിയിലെ അന്തരീക്ഷം കൂടുതൽ ഉണ്ടായിരിക്കുക

ഫോട്ടോയിൽ നക്ഷത്രങ്ങൾ ബിന്ദുക്കളായി കാണപ്പെടുന്നത് എന്തുകൊണ്ട്?

വലിയ ടെലസ്കോപ്പുകൾ വഴി എടുക്കുന്ന ചിത്രങ്ങളിൽ നക്ഷത്രങ്ങൾ പ്രകാശബിന്ദുക്കളെ പോലെയാണ്. ഉയർന്ന തിളക്കത്തോടെയുള്ള പ്ലാസ്മ ഗുരുത്വബലത്താൽ ചേർന്നുണ്ടാവുന്ന ഭീമൻ ഗോളമാണ് നക്ഷത്രം എന്നറിയപ്പെടുന്നത്. ഭൂമിയിൽ നിന്നും വളരെ അകലെയായതുകൊണ്ടാണ് ഇവ ചിത്രങ്ങളിൽ ബിന്ദുക്കളായി കാണപ്പെടുന്നത്.

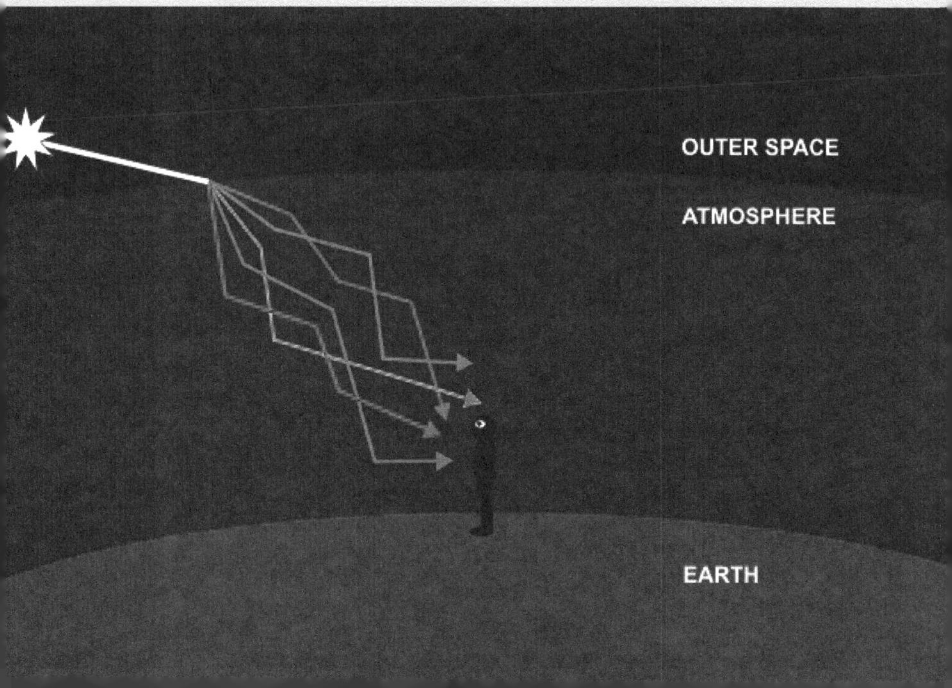

ക്ഷീരപഥത്തിന്റെ ആകൃതി

സൗരയൂഥം ഉൾപ്പെടുന്ന താരാപഥമാണ് (ഗാലക്സി) ആകാശ ഗംഗ. ഇതിനെ ക്ഷീരപഥം (Milkyway) എന്നും വിശേഷിപ്പിക്കാറുണ്ട്. മുന്നൂറു ബില്ല്യൻ നക്ഷത്രങ്ങൾ ഉൾക്കൊള്ളുന്ന ആകാശ ഗംഗയ്ക്ക് പരന്ന തളികയുടെ രൂപമാണ്. താരാപഥത്തിന്റെ മദ്ധ്യ ഭാഗത്തു നിന്നും സർപ്പിളാകൃതിയിൽ നാല് കരങ്ങൾ താരാപഥ കേന്ദ്രത്തെ ചുറ്റി സ്ഥിതി ചെയ്യുന്നു. നഗ്നനേത്രങ്ങൾ കൊണ്ട് കാണുന്ന നക്ഷത്രങ്ങൾ എല്ലാം തന്നെ ക്ഷീരപഥത്തിന്റെ ഭാഗമാണ്.

ക്ഷീരപഥത്തിന്റെ പ്രായം

മഹാവിസ്ഫോടനത്തിനു ശേഷമുണ്ടായ സാന്ദ്രത കൂടുതലുള്ള പ്രദേശങ്ങളൊന്നിലാണ് ആകാശഗംഗ ഉത്ഭവിച്ചത്. ആദ്യ നക്ഷത്രങ്ങളുണ്ടായി ഏതാനും ബില്യൺ വർഷങ്ങൾക്കുള്ളിൽ സ്വന്തം അച്ചുതണ്ടിൽ വേഗത്തിൽ ഭ്രമണം ചെയ്യത്തക്ക പിണ്ഡം ആകാശഗംഗയ്ക്കുണ്ടായി. ഇതുമൂലമാണ് ഇപ്പോഴുള്ള ഡിസ്ക് ആകൃതി രൂപപ്പെട്ടത്. പിന്നീടുള്ള നക്ഷത്രങ്ങൾ (സൂര്യനുൾപ്പെടെ) ഈ ഡിസ്കിലാണ് രൂപപ്പെട്ടത്. ആദ്യ നക്ഷത്രങ്ങൾ രൂപപ്പെട്ട ശേഷം ആകാശഗംഗയുടെ വലിപ്പം ലയനത്തിലൂടെയും വാതകങ്ങൾ സ്വീകരിക്കുന്നതിലൂടെയും വർദ്ധിക്കുന്നുണ്ടായിരുന്നു. പ്രപഞ്ചം ഉണ്ടായത് മഹാവിസ്ഫോടനത്തിനു 13. 7 ബില്ല്യൻ വർഷങ്ങൾക്ക് മുൻപും ആദ്യനക്ഷത്രങ്ങൾ രൂപപ്പെട്ടത് 400 മില്ല്യൻ വർഷങ്ങൾക്ക് ശേഷവും ആണെന്നാണ് പഠനങ്ങൾ.

നക്ഷത്രങ്ങൾ വിൽപ്പനയ്ക്ക് !

നക്ഷത്രങ്ങൾ വിലകൊടുത്തു വാങ്ങിക്കാനാവുമോ? ഇന്റർനെറ്റിൽ ഇപ്പോൾ ഇങ്ങനെയുള്ള പരസ്യങ്ങൾ സർവസാധാരണമായിക്കഴിഞ്ഞു. എന്നാൽ നക്ഷത്രങ്ങൾക്ക് പേരിടുന്നതിൽ മാത്രം ഒതുങ്ങി നിൽക്കുന്നു ഈ വിൽപ്പന. മുഴുവൻ പണവും നൽകിയ ശേഷം ഇതിനായി കൈവശാവകാശ സർട്ടിഫിക്കറ്റും ലഭിക്കും! യഥാർത്ഥത്തിൽ ഇത് വെറും തട്ടിപ്പാണ്. നക്ഷത്രങ്ങൾ ആർക്കും ഇങ്ങനെ സ്വന്തമായി നൽകുന്നില്ല.

IAU International Astronomical Union

പുതിയ ആകാശ വസ്തുക്കൾക്ക് പേരിടുന്ന വിധം

ഇന്റർ നാഷണൽ അസ്ട്രോണമിക്കൽ യൂണിയൻ (IAU) വിനാണ് നക്ഷത്രങ്ങൾക്ക് പേരിടാനുള്ള അധികാരം ഉള്ളത്. നക്ഷത്രങ്ങൾ, ഗ്രഹങ്ങൾ, ഛിന്നഗ്രഹങ്ങൾ, മറ്റ് ഖഗോളീയ വസ്തുക്കൾ; പ്രതിഭാസങ്ങൾ തുടങ്ങിയവ നാമകരണം ചെയ്യുവാൻ അധികാരമുള്ള ഔദ്യോഗിക സമിതിയായി അന്താരാഷ്ട്ര ജ്യോതിശാസ്ത്രസംഘടന അംഗീകരിക്കപ്പെട്ടിട്ടുണ്ട്. എല്ലാ അംഗങ്ങളും ഉൾപ്പെടുന്ന ജനറൽ അസംബ്ളിയാണ് ഈ സംഘടനയുടെ പരമാധികാര സമിതി. മൂന്നു വർഷം കൂടുമ്പോൾ ചേരുന്ന ജനറൽ അസംബ്ളിയാണ് ശാസ്ത്രസംബന്ധിയായ തീരുമാനങ്ങൾ എടുക്കുന്നത്

ബത്‌ലഹേമിലെ നക്ഷത്രം

യേശു ജനിച്ചപ്പോൾ മൂന്നു രാജാക്കന്മാർക്ക് വഴികാട്ടിയായി മാനത്തു തെളിഞ്ഞ നക്ഷത്രത്തെ കുറിച്ച് ബൈബിളിൽ പരാമർശമുണ്ട്. ഇത് ഒരു വാൽനക്ഷത്രമോ സൂപ്പർനോവയോ ആയിരിക്കാം എന്നാണ് ജ്യോതിശാസ്ത്രജ്ഞരുടെ നിഗമനം.

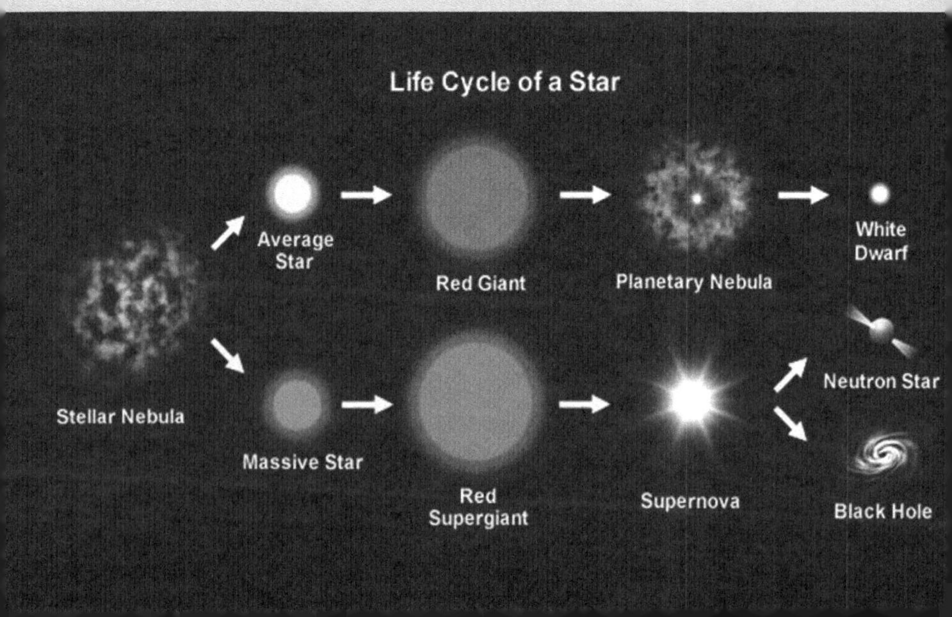

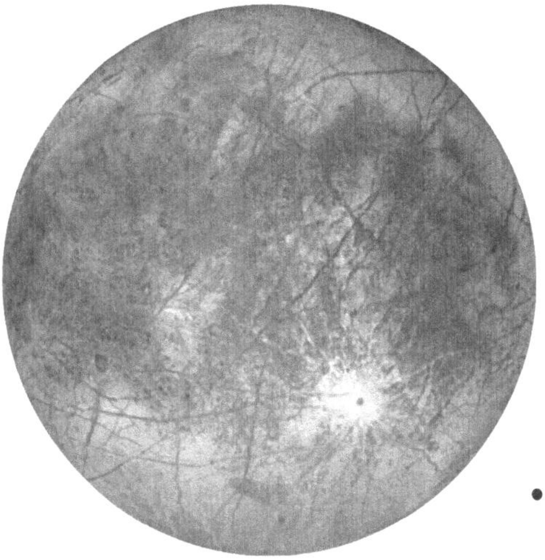

• *യൂറോപ്പ*

പ്രപഞ്ചത്തിൽ ജീവൻ സാധ്യമായതെവിടെയെല്ലാം?

ഭൂമിയിൽ മാത്രമാണ് ജീവൻ നിലനിൽക്കുന്നതായി തെളിയിക്കപ്പെട്ടിട്ടുള്ളത്. ജലത്തിന്റെ സാന്നിധ്യമാണ് ഇതിനു പ്രധാന കാരണം. ഭൂമിയുടെ ഭൗതികഗുണങ്ങളും അതിന്റെ ഭൂമിശാസ്ത്രപരമായ ചരിത്രവും സൂര്യനുചുറ്റുമുള്ള പരിക്രമണവും ഇക്കാലം വരെയുള്ള ജീവന്റെ നിലനിൽപ്പിനെ സഹായിച്ചു.

വളരെ വലിയ നക്ഷത്രങ്ങൾക്ക് ആയുസ്സ് കുറവാണ്. ഇത്തരത്തിലുള്ള നക്ഷത്രങ്ങൾക്ക് ചുറ്റും ഉള്ള ഗ്രഹങ്ങളിൽ ജീവൻ ഉത്ഭവിച്ചാലും അത് മറ്റു രൂപങ്ങളിലേക്കു വികസിക്കാനുള്ള സമയം ലഭിക്കില്ല. വളരെ ചെറിയ നക്ഷത്രങ്ങൾക്ക് ആകട്ടെ ജീവന്റെ നിലനിൽപ്പിനാവശ്യമായ ചൂടും മറ്റും പകരാൻ സാധ്യമല്ല താനും. അതിനാൽ തന്നെ ചെറിയ നക്ഷത്രങ്ങൾക്ക് ചുറ്റും ഉള്ള ഗ്രഹങ്ങളിൽ ജീവൻ കണ്ടെത്താനുള്ള സാധ്യത വളരെ കുറവാണ്. ഇനി അഥവാ ഈ ഗ്രഹങ്ങളിൽ ജീവൻ ഉണ്ടാകണമെങ്കിൽ തന്നെ ആ ഗ്രഹങ്ങൾ നക്ഷത്രത്തിനോട് വളരെ അടുത്തായിരിക്കണം. ഇങ്ങനെ നക്ഷത്രത്തിനോട് വളരെ അടുത്തായിരുന്നാൽ ആ ഗ്രഹം ആ നക്ഷത്രവുമായി ഗുരുത്വാകർഷണ ബന്ധനത്തിൽ പെട്ടിരിക്കും. അതിനർത്ഥം ഗ്രഹത്തിന്റെ ഒരു വശം മാത്രം ഇപ്പോഴും നക്ഷത്രത്തിന് നേരെയും മറുവശം എപ്പോഴും ഇരുട്ടിലും ആയിരിക്കും. ചുവപ്പുകുള്ളൻമാരുടെ ആയുസ്സ് വലുതായതിനാൽ, അതിനെ വലം വയ്ക്കുന്ന കട്ടി കൂടിയ അന്തരീക്ഷം ഉള്ള ഗ്രഹങ്ങളിൽ ജീവൻ പരിണമിച്ചേക്കാം എന്ന ആശയമാണ്. പ്രപഞ്ചത്തിൽ ചുവപ്പുകുള്ളൻമാരുടെ എണ്ണം വളരെ കൂടുതലായതിനാൽ ഈ ആശയം വളരെ പ്രസക്തമാണ്.

വ്യാഴ ഗ്രഹത്തിന്റെ ഉപഗ്രഹമായ യൂറോപ്പ, സൗരയൂഥത്തിൽ ജീവൻ നിലനിൽക്കാൻ സാധ്യതയുള്ള മറ്റൊരു ഗ്രഹമായി കണക്കാക്കുന്നു.

മറ്റു നക്ഷത്രങ്ങളെ ചുറ്റുന്ന ഗ്രഹങ്ങളെ നമുക്ക് കാണാൻ സാധിക്കുമോ?

നഗ്നനേത്രങ്ങൾ കൊണ്ട് കാണാൻ കഴിയുന്ന അഞ്ച് ഗ്രഹങ്ങളെക്കുറിച്ച് മിത്തോളജിയിലും പുരാതന മത ഗ്രന്ഥങ്ങളിലും പ്രാചീന ജ്യോതിശാസ്ത്രത്തിലുമെല്ലാം പരാമർശമുണ്ട്. പണ്ട് വാനനിരീക്ഷകർ ചില വസ്തുക്കൾ മറ്റു നക്ഷത്രങ്ങളിൽ നിന്നു വ്യത്യസ്തമായി അവക്കിടയിലൂടെ ചലിക്കുന്നതായി കണ്ടു. പ്രാചീന ഗ്രീസുകാർ ഇവയെ 'അലഞ്ഞു നടക്കുന്നവർ' എന്നർത്ഥം വരുന്നു planetoi എന്ന പദം ഉപയോഗിച്ചാണ് വിശേഷിപ്പിച്ചത്. ഇതിൽ നിന്നാണ് ഇംഗ്ലീഷിലെ പ്ലാനറ്റ് എന്ന വാക്കുണ്ടായത്. പുരാതന ഗ്രീസ്, ചൈന, ബാബിലോണിയ തുടങ്ങി എല്ലാ ആദികാല സംസ്കാരങ്ങളിലും ഭൂമിയാണ് പ്രപഞ്ച കേന്ദ്രമെന്നും മറ്റു ഗ്രഹങ്ങൾ ഭൂമിയെ ചുറ്റുകയാണെന്നും ആണ് വിശ്വസിച്ചിരുന്നത്.

ജ്യോതിശാസ്ത്രസംബന്ധിയായ കാര്യങ്ങളുടെ ഔദ്യോഗിക സംഘടനയായ അന്താരാഷ്ട്ര ജ്യോതിശാസ്ത്ര സംഘടനയുടെ നിർവചനമനുസരിച്ച് ഒരു ജ്യോതിർ വസ്തു ഗ്രഹം ആകണമെങ്കിൽ അത് ഒരു നക്ഷത്രത്തെ വലം വച്ചു കൊണ്ടിരിക്കണം. ഇതിന് കുറഞ്ഞത് 5 X 1020 കിലോഗ്രാം ഭാരവും 800 കിലോമീറ്റർ വ്യാസവും വേണം. അതിന്റെ ഭ്രമണപഥത്തിന്റെ അതിർത്തികൾ പാലിക്കണം (Cleared the neighbourhood)

ഈ നിർവചനം അനുസരിച്ച് സൗരയൂഥത്തിൽ ബുധൻ, ശുക്രൻ, ഭൂമി, ചൊവ്വ, വ്യാഴം, ശനി, യുറാനസ്. നെപ്റ്റ്യൂൺ എന്നിങ്ങനെ എട്ടു ഗ്രഹങ്ങളാണ് ഉള്ളത്. ശാസ്ത്രജ്ഞർ ഈ നിർവചനം കൊടുക്കുന്നതിനു മുൻപ് ഗ്രഹത്തിന് ശാസ്ത്രീയമായ ഒരു നിർവചനം ഉണ്ടായിരുന്നില്ല. അതിനാൽ പല സമയത്തും പലതായിരുന്നു ഗ്രഹങ്ങളുടെ എണ്ണം.

ഗ്രഹങ്ങളെ പൊതുവെ രണ്ടു വിഭാഗമായിട്ടാണ് തിരിക്കുന്നത്. വലുതും സാന്ദ്രത കുറഞ്ഞവയുമായ വാതക ഭീമന്മാർ, ചെറുതും ഉറച്ച പ്രതലത്തോടു കൂടിയവയുമായ ഭൂസമാന ഗ്രഹങ്ങൾ എന്നിവയാണവ. ബുധൻ, ശുക്രൻ, ഭൂമി, ചൊവ്വ എന്നീ നാലു ഗ്രഹങ്ങൾ ഭൂസമാന ഗ്രഹങ്ങളും വ്യാഴം, ശനി, യുറാനസ്, നെപ്ട്യൂൺ എന്നിവ വാതക ഭീമന്മാരുമാണ്. ഇവയിൽ ആറു ഗ്രഹങ്ങൾക്ക് ഒന്നോ അതിലധികമോ പ്രകൃതിദത്ത ഉപഗ്രഹങ്ങൾ ഉണ്ട്. ഇവയെ കൂടാതെ അഞ്ച് കുള്ളൻ ഗ്രഹങ്ങളുംനിരവധി മറ്റു സൗരയൂഥ പദാർത്ഥങ്ങളുമുണ്ട്.

1992നു ശേഷം ആകാശഗംഗയിലെ മറ്റു നക്ഷത്രങ്ങളെ പ്രദക്ഷിണം ചെയ്യുന്ന നിരവധി സൗരയൂഥേതര ഗ്രഹങ്ങളെ ("extrasolar planets" or "exoplanets") കണ്ടെത്തിയിട്ടുണ്ട്.

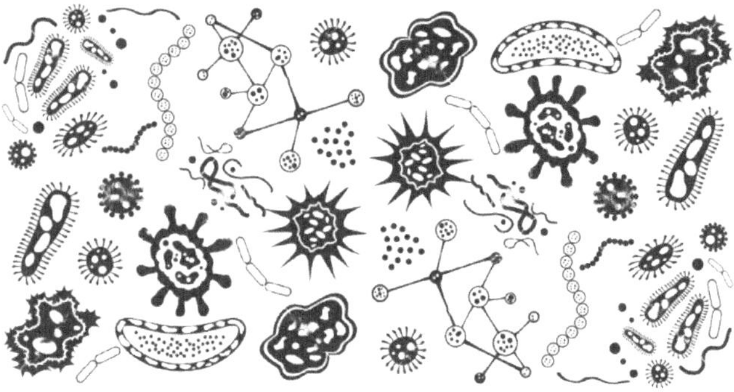

വേറെ ഏതെങ്കിലും ഗ്രഹത്തിൽ ജീവൻ സാധ്യമാണോ?

നമ്മുടെ സൗരയൂഥത്തിലെ വ്യാഴം പോലുള്ള വാതക ഭീമന്മാരിൽ ചിലതിനു ഖര ഉപരിതലവും ദ്രാവക സമുദ്രവും ഉള്ള ആവാസ യോഗ്യമായ ഉപഗ്രഹങ്ങൾ ഉണ്ടായേക്കാം എന്ന് ശാസ്ത്രജ്ഞർ പറയുന്നു.

ജീവന്റെ നിലനിൽപ്പിനു സൂര്യപ്രകാശം അത്യാവശ്യമാണ് എന്ന ആശയം മൂലം, സൗരയൂഥത്തിൽ മറ്റെവിടെയെങ്കിലും ജീവൻ ഉണ്ടെങ്കിൽ അത് ഗ്രഹങ്ങളുടെ ഉപരിതലത്തിൽ മാത്രം ആയിരിക്കും എന്നാണ് വിശ്വസിച്ചിരുന്നത്. സൗരയൂഥത്തിൽ ജീവൻ കണ്ടെത്തുവാൻ ഏറ്റവും സാധ്യതയുള്ള മൂന്നിടങ്ങൾ ചൊവ്വാ ഗ്രഹവും, വ്യാഴത്തിന്റെ ഉപഗ്രഹമായ യൂറോപയും, ശനിയുടെ ഉപഗ്രഹമായ ടൈറ്റാനും ആണ്. ചൊവ്വയിലും യൂറോപ്പയിലും ജലം ഉണ്ടാവാം എന്ന കണക്കു കൂട്ടലാണ് ഇതിനു കാരണം. കോശങ്ങളിൽ ലായനിയായി പ്രവർത്തിക്കുന്നതിനാൽ ജലം ജീവന് അത്യാവശ്യമാണെന്ന് കരുതുന്നു.

ചൊവ്വയിലെ ധ്രുവങ്ങളിൽ മഞ്ഞു കട്ടകളുടെ രൂപത്തിൽ വൻതോതിൽ ജലനിക്ഷേപം കണ്ടെത്തിയിട്ടുണ്ട്. അടുത്തിടക്കു ചൊവ്വയിൽ നിന്ന് ലഭിച്ച തെളിവുകൾ വച്ച്, ഗ്രഹത്തിന്റെ ഉപരിതലത്തിൽ ദ്രാവക രൂപത്തിലും ജലം ഉണ്ടെന്നു അനുമാനിക്കുന്നു. കൂടാതെ അവിടെ ഹൈഡ്രോ തെർമൽ രന്ധ്രങ്ങൾ കാണാൻ സാധ്യതയുണ്ട്. ചൊവ്വയിലെ കുറഞ്ഞ അന്തരീക്ഷ മർദ്ദവും കുറഞ്ഞ താപനിലയും വച്ച്, അവിടുത്തെ ജലം ഉപ്പുരസം കൂടിയതാവാനാണ് സാധ്യത. യൂറോപ്പയിൽ ദ്രാവക രൂപത്തിലുള്ള ജലം ഉപരിതലത്തിലെ മഞ്ഞു പാളികളുടെ അടിയിൽ ഉണ്ടാകണമെന്നും ഈ ജലം സ്വാഭാവികമായും സമുദ്രത്തിന്റെ അടിത്തട്ടിൽ ഉള്ള അഗ്നിപർവ്വത രന്ധ്രങ്ങൾ മൂലം ചൂടായി ദ്രാവക രൂപത്തിൽ ആയതായിരിക്കണമെന്നും പറയപ്പെടുന്നു.

അന്യഗ്രഹ ജീവന് മറ്റൊരു സാധ്യത ഉള്ള ഗ്രഹം ശനിയുടെ ഉപഗ്രഹമായ റ്റൈറ്റൻ ആണ്. ആദിമ ഭൂമിയുടെ സാഹചര്യങ്ങൾക്ക് സമാനമാണ് റ്റൈറ്റനിലെ അന്തരീക്ഷം. അതിന്റെ ഉപരിതലത്തിൽ ഈഥെനിന്റെയോ മീഥൈനിന്റെയോ തടാകങ്ങൾ കണ്ടെത്താൻ കഴിഞ്ഞിട്ടുണ്ട്.

അന്യഗ്രഹജീവികൾ യഥാർത്ഥത്തിൽ ഉണ്ടോ ?

1960 കാലം മുതൽ ബഹിരാകാശത്തെ വിദൂര ഗ്രഹങ്ങളിൽ ഏതിലെങ്കിലും ജീവനോ ജീവജാലങ്ങളോ നിലനിൽക്കുന്നുണ്ടോ എന്നറിയാനായി ശാസ്ത്രജ്ഞർ അന്വേഷണം നടത്തുകയാണ്. എന്നാൽ ഈ വിഷയത്തിൽ കാര്യമായ പുരോഗതിയൊന്നും ഇതുവരെ ഉണ്ടായിട്ടില്ല.

എന്നാൽ ജീവന്റെ അടിസ്ഥാനമായ ജലം ചില ഗ്രഹങ്ങളിൽ ഉള്ളതായി അറിവ് കിട്ടിയിട്ടുണ്ട്. ചിലപ്പോൾ ഈ ഗ്രഹങ്ങളിൽ ജീവനും കണ്ടേക്കാം. അടുത്തിടയാണ് ചന്ദ്രനിൽ ജലം കണ്ടെത്തിയത്. പ്രത്യേക ടെലസ്കോപ്പുകൾ ഉപയോഗിച്ചുള്ള പഠനങ്ങൾ സജീവമായി നടക്കുന്നുണ്ട്. മിക്കവാറും വരുന്ന ഇരുപതു വർഷങ്ങൾക്കുള്ളിൽ ബഹിരാകാശത്തെ ജീവൻ കണ്ടെത്തുമെന്ന് പ്രതീക്ഷിക്കാം.

ബഹിരാകാശത്ത് മറ്റു ജീവജാലങ്ങൾ ഉണ്ടാകാനുള്ള സാധ്യത എത്രത്തോളമാണ് ?

1960ൽ നമ്മുടെ ഗാലക്സിയിൽ സാങ്കേതികപരമായി പുരോഗമനം പ്രാപിച്ച ജീവസമൂഹങ്ങളുടെ എണ്ണം മനസിലാക്കാനായി ശാസ്ത്രജ്ഞനായ ഫ്രാങ്ക് ഡ്രേക്ക് ഒരു സമവാക്യം ഉണ്ടാക്കി. ഇതുപ്രകാരം പ്രപഞ്ചത്തിൽ മറ്റനേകം ജീവസമൂഹങ്ങൾ നിലനിൽക്കുന്നുണ്ട് എന്നാണു അനുമാനം.

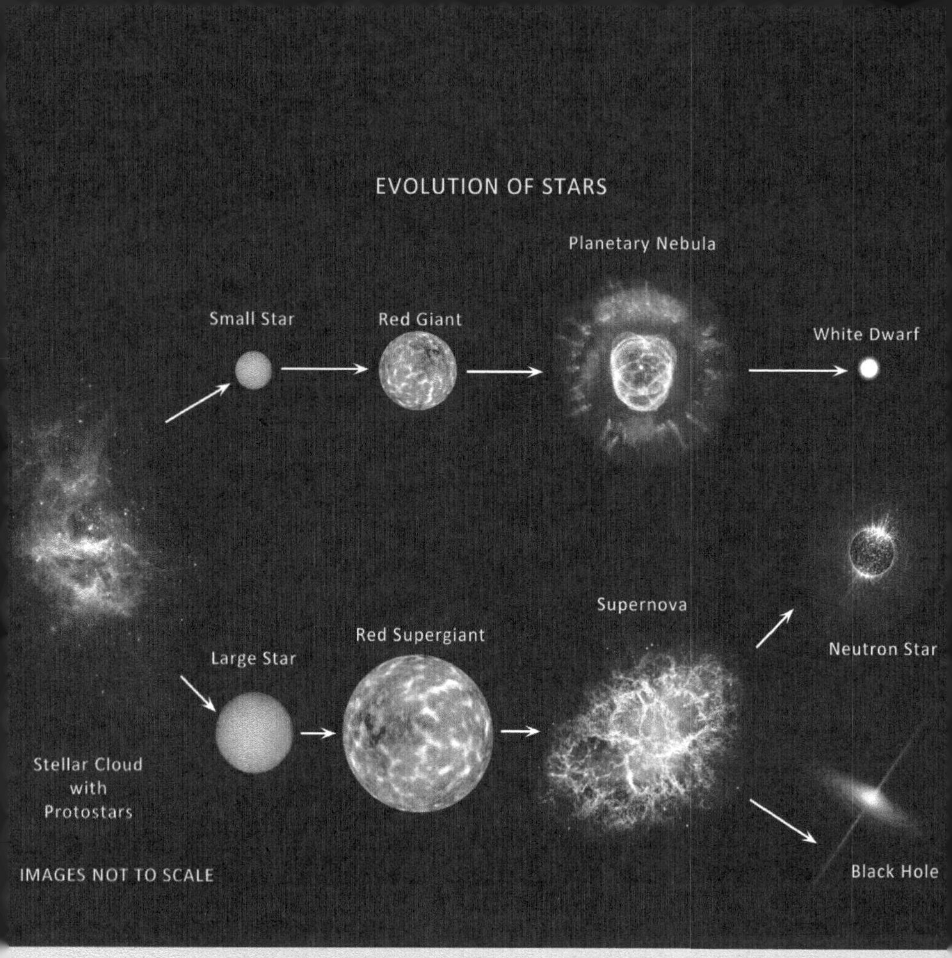

നക്ഷത്രങ്ങളും ഗ്രഹങ്ങളും ഉണ്ടായതെങ്ങനെ ?

മഹാവിസ്ഫോടനത്തിനു ശേഷം 5 ലക്ഷം വർഷങ്ങൾക്കു ശേഷമാണ് നക്ഷത്രങ്ങൾ ആദ്യം രൂപം കൊണ്ടത്. പിന്നീട് 200 കോടിയോളം വർഷങ്ങൾ കൂടി കഴിഞ്ഞാണ് ആദ്യ ഗാലക്സികൾ ഉണ്ടായത്.

നക്ഷത്രങ്ങൾ വളരെയധികം സാന്ദ്രത കൂടിയ അന്തർനക്ഷത്ര മാധ്യമത്തിലാണ് (interstellar medium) ജനിക്കുന്നത്. ഇവയെ തന്മാത്രാമേഘങ്ങൾ (molecular clouds) എന്ന് പറയുന്നു.

ഇത്തരം തന്മാത്രാമേഘങ്ങളുടെ രാസഘടന ഇപ്രകാരമാണ് ഭൂരിഭാഗം ഹൈഡ്രജൻ, 23-28% ഹീലിയം, കുറഞ്ഞ അളവിൽ ഘന മൂലകങ്ങൾ എന്നിങ്ങനെ. ഭീമൻ നക്ഷത്രങ്ങൾ തന്മാത്രാമേഘ പടലത്തിൽ നിന്നാണ് ഉണ്ടാവുന്നത്. തന്മാത്രാ മേഘങ്ങളിൽ ഗുരുത്വാകർഷണ അസന്തുലിതാവസ്ഥ ഉണ്ടാവുമ്പോൾ നക്ഷത്രം ജനിക്കുകയായി. ഈ അസന്തുലിതാവസ്ഥയ്ക്കുള്ള പ്രധാന കാരണം സൂപ്പർനോവകളിൽ നിന്നുള്ള ഷോക്ക് തരംഗങ്ങളോ (ഭീമൻ താരസ്ഫോടനം) ഗാലക്സികൾ തമ്മിലുള്ള കൂട്ടിമുട്ടലോ (സ്റ്റാർബേസ്റ്റ് ഗാലക്സിയിൽ സംഭവിച്ച പോലെ) ആണ്.

ഏറ്റവും പഴക്കമേറിയ നക്ഷത്രത്തിന്റെ പ്രായം ?

ബിഗ്ബാങ്ങിനു ശേഷം നാനൂറു മില്ല്യൻ വർഷങ്ങൾ കഴിഞ്ഞാണ് ആദിമ നക്ഷത്രങ്ങൾ ഉണ്ടായതെന്ന് പറയപ്പെടുന്നു. ഇവ വളരെയധികം പ്രകാശവർഷങ്ങൾക്കപ്പുറമാണ് സ്ഥിതി ചെയ്യുന്നത്. ഇവയിൽ നിന്നുമുള്ള പ്രകാശം ഭൂമിയിൽ എത്തണമെങ്കിൽ കുറേക്കാലമെടുക്കും. അതിനാൽ നിരവധി വർഷങ്ങൾ കഴിഞ്ഞ് ഇപ്പോഴും നമുക്ക് അവയെ കാണാൻ സാധിക്കും. പ്രത്യേകിച്ച് ഗോളീയ താരവ്യൂഹങ്ങളുടെ കാര്യത്തിൽ. ഇവയിൽ പതിമൂന്നു ബില്ല്യൻ വർഷങ്ങൾ വരെ പഴക്കമുള്ള നക്ഷത്രങ്ങളെ നമുക്ക് കാണാൻ സാധിക്കും. നക്ഷത്രങ്ങൾ ജനനമെടുക്കുന്ന ഏറ്റവും പ്രധാനപ്പെട്ട സ്ഥാനമാണ് 'ദി ഗ്രേറ്റ് ഓറിയോൺ'. 1600 പ്രകാശവർഷങ്ങൾക്കപ്പുറമാണ് ഇത് സ്ഥിതി ചെയ്യുന്നത്. ഇവിടെ പുതുതായി ജന്മമെടുക്കുന്ന പല നക്ഷത്രങ്ങൾക്കു ചുറ്റിലും ദ്രവ്യത്തിന്റെ ഡിസ്കുകൾ പോലെയുള്ള ഭാഗങ്ങൾ കറങ്ങുന്നുണ്ടെന്നും ഇവയ്ക്കു ചുറ്റിലുമായാണ് ഗ്രഹങ്ങൾ രൂപം കൊള്ളുന്നതെന്നും ഹബിൾ, സ്പിറ്റ്സർ ദൂരദർശിനികളിൽ നിന്നുമുള്ള ചിത്രങ്ങൾ വ്യകതമാക്കുന്നു.

നക്ഷത്രങ്ങളുടെ ജീവിതത്തിന്റെയും മരണത്തിന്റെയും ദൈർഘ്യം നിർണ്ണയിക്കുന്നതെന്ത്?

ഭാരമാണ് നക്ഷത്രങ്ങളുടെ ജീവിതവും മരണവും നിശ്ചയിക്കുന്നത്. വലുപ്പം കൂടിയ നക്ഷത്രങ്ങൾ അവയിൽ അടങ്ങിയിരിക്കുന്ന ഊർജ്ജത്തെ പെട്ടെന്ന് കത്തിച്ചു തീർക്കുന്നു. വലിയ നക്ഷത്രങ്ങൾ ഒരു മില്ല്യൻ വർഷത്തിൽ കൂടുതൽ ശോഭയോടെ കാണാതിരിക്കുന്നതിന്റെ കാരണം ഇതാണ്. ചെറിയ നക്ഷത്രങ്ങൾ എന്നാൽ ബില്ല്യൻ കണക്കിന് വർഷങ്ങൾ നിലനിൽക്കും. ന്യൂക്ലിയർ ഫ്യൂഷൻ വഴിയാണ് നക്ഷത്രങ്ങൾ അവയുടെ ഊർജ്ജോൽപ്പാദനം നടത്തുന്നത്. ഹൈഡ്രജൻ ഹീലിയമായി മാറുന്ന പ്രക്രിയയാണിത്. കുറേക്കാലം കഴിയുമ്പോൾ മുഴുവൻ ഹൈഡ്രജനും ഉപയോഗിച്ച് തീരും.

സൂപ്പർനോവ എന്നാലെന്താണ്?

ചില ഭീമൻ നക്ഷത്രങ്ങൾ അവയുടെ പരിണാമത്തിന്റെ അന്ത്യഘട്ടത്തിൽ വളരെയധികം പ്രകാശം പുറത്തു വിട്ടു കൊണ്ട് പൊട്ടിത്തെറിക്കുന്നു. ഈ നക്ഷത്രസ്ഫോടനമാണ് സൂപ്പർനോവ

സൂപ്പർനോവ സ്ഫോടനമുണ്ടാക്കുന്ന പ്രകാശത്തിന്റെ തീവ്രത നിരവധി ആഴ്ചകളോളം (ചിലപ്പോൾ മാസങ്ങളോളം) പ്രസ്തുത നക്ഷത്രം ഉൾക്കൊള്ളുന്ന താരാപഥത്തിന്റെ പ്രകാശ തീവ്രതയെപോലും വെല്ലുന്നു. ഈ കുറഞ്ഞ സമയം കൊണ്ട് പ്രസ്തുത സൂപ്പർനോവ, സൂര്യൻ 100 കോടി വർഷം കൊണ്ട് പുറത്തു വിടുന്ന ഊർജ്ജത്തിനു സമാനമായ ഊർജ്ജം പുറത്തു വിടുന്നു. സൂപ്പർനോവ സ്ഫോടനത്തിനു കാരണമാകുന്ന നക്ഷത്രത്തിന്റെ 96 ശതമാനത്തോളം പദാർത്ഥം ഉഗ്രസ്ഫോടനത്തിലൂടെ നഷ്ടമാകുന്നുവെന്ന് പഠനങ്ങൾ സൂചിപ്പിക്കുന്നു.

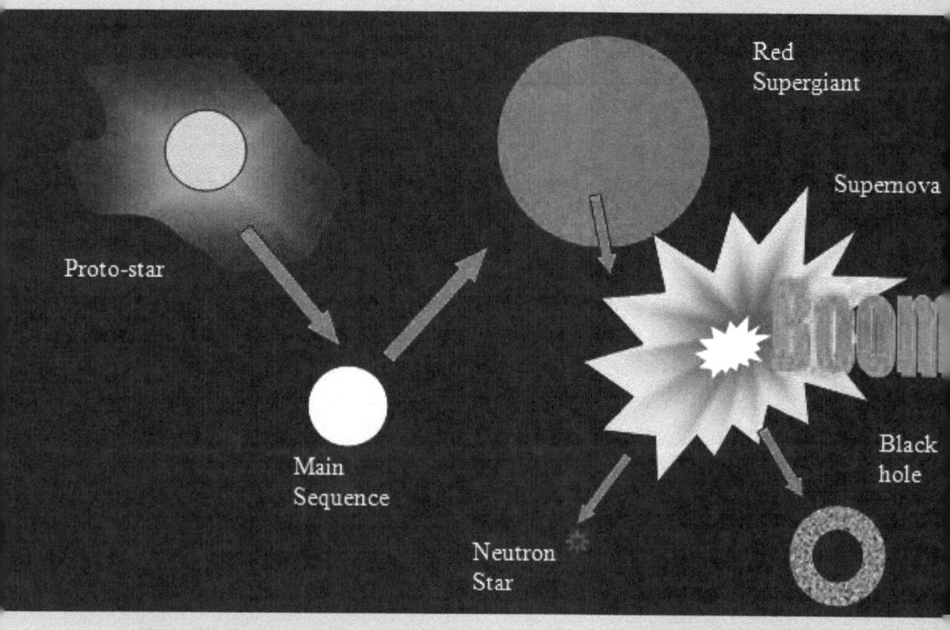

തമോഗർത്തങ്ങൾ നമുക്ക് കാണാൻ സാധിക്കുമോ?

ഭീമൻ നക്ഷത്രങ്ങൾ ചെറുതായി തീർന്ന് രൂപപ്പെടുന്നതാണ് തമോഗർത്തം. അതിശക്തമായ ഗുരുത്വാകർഷണത്തിൽ പ്രകാശം പോലും പുറത്തു കടക്കുകയില്ല. ആൽബർട്ട് ഐൻസ്റ്റീന്റെ സാമാന്യ ആപേക്ഷികതാ സിദ്ധാന്തമാണ് ഇതിന്റെ അടിസ്ഥാനം.

തമോഗർത്തം കാണാൻ, ചുറ്റുമുള്ളവയ്ക്ക് സാധിക്കില്ല. എങ്കിലും സമീപത്തുള്ള വസ്തുക്കളിൽ ഉണ്ടാക്കുന്ന മാറ്റങ്ങളിലൂടെയാണ് അതിന്റെ സാന്നിധ്യം മനസ്സിലാക്കുന്നത്. ഒരുകൂട്ടം നക്ഷത്രങ്ങൾ പ്രപഞ്ചത്തിൽ ശൂന്യമായ സ്ഥലത്തെ പരിക്രമണം ചെയ്യുന്നതായി കാണാനായാൽ അവിടെ ഒരു തമോഗർത്തമുണ്ടെന്നാണ് അർഥം. തമോഗർത്തത്തിന് ഇരട്ടനക്ഷത്രമുണ്ടെങ്കിൽ അതിൽ നിന്നും തമോഗർത്തത്തിലേക്ക് വാതകങ്ങൾ വീഴുകയും ഉയർന്ന താപനിലയിലേക്ക് മാറ്റപ്പെടുന്ന ഇവ എക്സ്റേ വികിരണം പുറപ്പെടുവിക്കുകയും ചെയ്യുന്നു. ഭൂമിയിലുള്ളതും ഭൂമിയെ ചുറ്റിക്കൊണ്ടിരിക്കുന്നതുമായ ദൂരദർശിനികൾ വഴി ഈ വികിരണം കണ്ടെത്താനാകും. ഇത്തരം നിരീക്ഷണങ്ങളിലൂടെയാണ് പ്രപഞ്ചത്തിൽ തമോഗർത്തങ്ങൾ ഉണ്ടെന്നു മനസിലാക്കാനായത്

സൂര്യൻ എന്തുകൊണ്ട് പ്രകാശിക്കുന്നു?

സൗരയൂഥത്തിന്റെ കേന്ദ്രമാണ് സൂര്യൻ. ഭൂരിഭാഗം സൂര്യന്റെ ഊർജ്ജോല്പാദനം നടക്കുന്നത് (പ്രോട്ടോൺ-പ്രോട്ടോൺ) ശൃംഖല പ്രതിപ്രവർത്തനം വഴിയാണ്. ഇങ്ങനെ ഹൈഡ്രജൻ മൂലകം ഹീലിയമായി മാറ്റപ്പെടുന്നു. സൂര്യനിലെ ഹീലിയത്തിൽ രണ്ട് ശതമാനത്തിലെ താഴെ ഭാഗം മാത്രമേ CNO ചക്രം വഴി വന്നതായുള്ളൂ. കാമ്പിൽ മാത്രമാണ് ആണവസംയോജനം വഴി വലിയതോതിലുള്ള താപം ഉല്പാദിപ്പിക്കപ്പെടുന്നത്, സൂര്യന്റെ ബാക്കിഭാഗങ്ങളെല്ലാം കാമ്പിൽ നിന്നും പുറത്തേക്ക് പ്രവഹിക്കുന്ന താപത്താൽ ചൂടാക്കപ്പെടുന്നതാണ്. അണുസംയോജനം വഴി കാമ്പിൽ ഉല്പാദിപ്പിക്കപ്പെടുന്ന ഊർജ്ജം ഫോട്ടോസ്ഫിയറിൽ നിന്നും പ്രകാശമായും കണികകളുടെ ഉയർന്ന ഗതികോർജ്ജമായും പുറത്തേയ്ക്ക് പ്രവഹിക്കുന്നു

സൂര്യന്റെ അന്തർഭാഗം എങ്ങനെയിരിക്കും ?

സൂര്യന്റെ മൊത്തം ഭാരത്തിന്റെ നാലിൽ മൂന്നുഭാഗവും ഹൈഡ്രജനാണ്, ബാക്കിയുള്ളതിൽ ഭൂരിഭാഗവും ഹീലിയവുമാണ്. രണ്ട് ശതമാനത്തിൽ താഴെ ഇരുമ്പ്, ഓക്സിജൻ, കാർബൺ, നിയോൺ എന്നിവയടക്കമുള്ള മറ്റ് മൂലകങ്ങൾ അടങ്ങിയിരിക്കുന്നു.

കേന്ദ്രത്തിൽ നിന്നും സൗരവ്യാസാർദ്ധത്തിന്റെ 20–25% വരെയുള്ള ഭാഗമാണ് സൂര്യന്റെ കാമ്പായി കണക്കാക്കപ്പെടുന്നത്. ഇവിടെ ഒരോ സെക്കന്റിലും 3.7×1038 എണ്ണം (6.2×1011 കിലോഗ്രാം) പ്രോട്ടോണുകൾ (അഥവാ ഹൈഡ്രജൻ അണുകേന്ദ്രങ്ങൾ) ഹീലിയമായി മാറ്റപ്പെടുന്നു.

അണുസംയോജന പ്രക്രിയഫലമായി പുറത്തുവരുന്ന ഉന്നതോർജ്ജ ഫോട്ടോണുകൾ (ഗാമാ കിരണങ്ങൾ) ഏതാനും മില്ലിമീറ്റർ മാത്രമുള്ള പ്ലാസ്മയാൽ ആഗിരണം ചെയ്യപ്പെടുകയും വീണ്ടും ഏതെങ്കിലും വശത്തേക്ക് (കുറച്ച് ഊർജ്ജം കുറഞ്ഞ നിലയിൽ) ഉൽസർജ്ജിക്കപ്പെടുകയും ചെയ്യുന്നു. ഈ പ്രക്രിയ തുടരുന്നതുവഴി വികിരണം സൗരോപരിതലത്തിലെത്താൻ വലിയ കാലദൈർഘ്യം വേണ്ടിവരുന്നു.

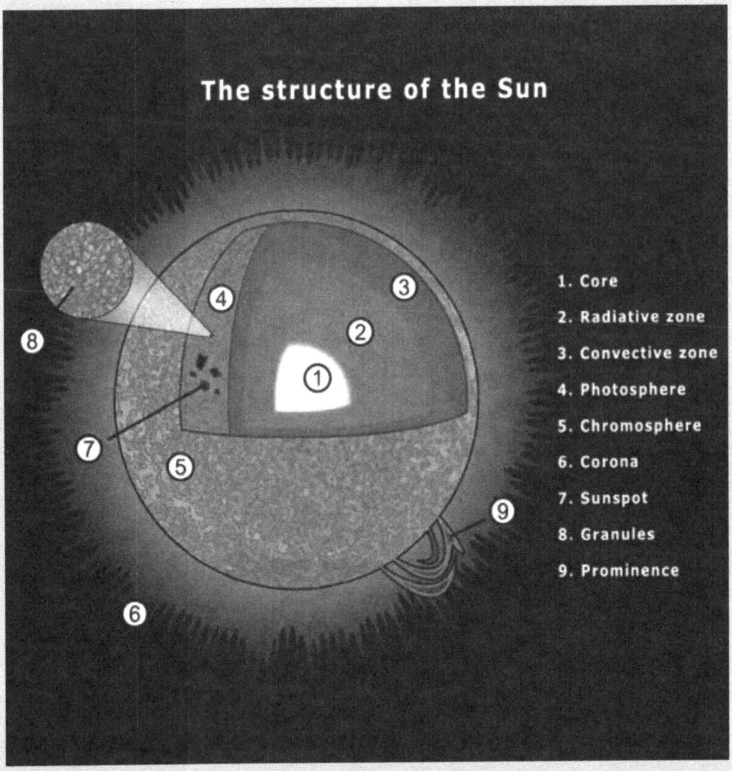

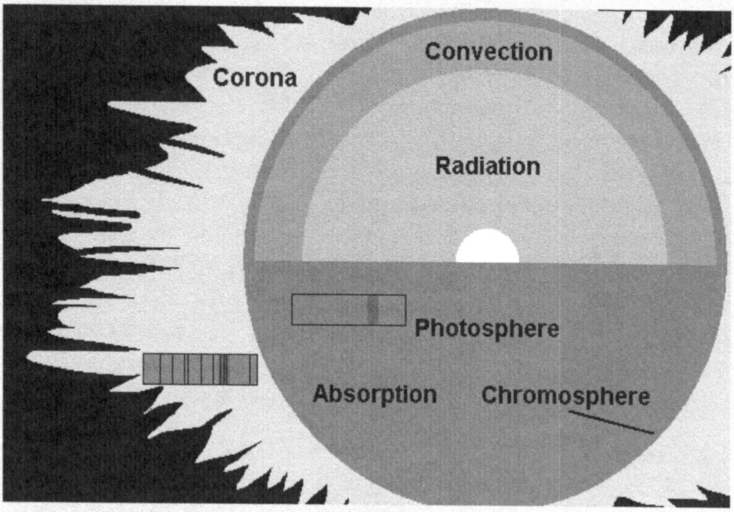

എന്താണ് കൊറോണ?

സൂര്യന്റെ വാതകനിബദ്ധമായ ബാഹ്യാന്തരീക്ഷത്തെയാണ് കൊറോണ (Corona) എന്ന് പറയുന്നത്. കൊറോണയ്ക്ക് ആന്തരിക കൊറോണ (Inner Corona/ Photosphere), ബാഹ്യകൊറോണ (Outer Corona/Chromosphere) എന്നിങ്ങനെ രണ്ട് ഭാഗങ്ങളുണ്ട്. കൊറോണയുടെ താപനില ഏതാണ്ട് 5,550 ഡിഗ്രി സെൽഷ്യസ് ആണ്. ഏതാണ്ട് ഒരു മില്യൻ കിലോമീറ്റർ (6 ലക്ഷം മൈൽ) വരെ കൊറോണ വ്യാപിച്ചുകിടക്കുന്നു. സാധാരണയായി സൂര്യഗ്രഹണ സമയത്താണ് കൊറോണ കാണാവുന്നത്. നക്ഷത്രങ്ങളുടെ പുറം അന്തരീക്ഷത്തെയും കൊറോണയെന്നു പറയുന്നു.

കൊറോണയെക്കുറിച്ച് പഠിക്കുന്നതിനുള്ള ഉപകരണമാണ് കൊറോണാഗ്രാഫ് (Corona graph)

സൂര്യോപരിതലത്തിലുള്ള കൊറോണയെപറ്റി വിശദമായി പഠിക്കുന്നതിനായി ഐ.എസ്.ആർ.ഒ. ISROയ്ക്ക് ആദിത്യയെന്ന ഒരു ഉപഗ്രഹം വിക്ഷേപിക്കാനുള്ള പദ്ധതി ഉണ്ട്. ഭൂമിയിൽ നിന്നും 600 കിലോമീറ്റർ ദൂരെയുള്ള ഭ്രമണപഥത്തിലേക്കാണ്. ആദിത്യയെ വിക്ഷേപിക്കുന്നത്. അവിടെനിന്നുമുള്ള നിരീക്ഷണവിവരങ്ങൾ ഭൂമിയിലേക്ക് അയയ്ക്കും.

ന്യൂട്രിനോകളെക്കുറിച്ച് ഗവേഷണം നടത്തുന്നതെന്തിന്?

സൂര്യന്റെ കാമ്പിൽ ഓരോ സെക്കന്റിലും 4 ദശലക്ഷം ടണ്ണിലധികം ദ്രവ്യം ഊർജ്ജമായി മാറ്റപ്പെടുന്നു, ഇത് ന്യൂട്രിനോകളും സൗര വികിരണവും സൃഷ്ടിക്കുന്നു, നിഗൂഡമായ കണങ്ങളായാണ് ന്യൂട്രിനോകളെ കണക്കാക്കുന്നത്. ചാർജ്ജില്ലാത്തതും പിണ്ഡം വളരെക്കുറവായതും പ്രകാശപ്രവേഗത്തിനടുത്തുള്ള വേഗതയിൽ സഞ്ചരിക്കുന്നതുമായ ഒരു അടിസ്ഥാന കണികയാണ് ന്യൂട്രിനോ. സാധാരണ ദ്രവ്യത്തിലൂടെ സഞ്ചരിക്കുമ്പോൾ വളരെക്കുറച്ചു മാത്രമേ മാറ്റം സംഭവിക്കുന്നുള്ളൂ എന്നതിനാൽ ന്യൂട്രിനോയെ കണ്ടെത്താൻ വളരെ പ്രയാസകരമാണ്. സൂര്യനിൽ നിർമിക്കപ്പെടുന്ന ന്യൂട്രിനോകൾ വെറും എട്ടു മിനിറ്റിൽ ഭൂമിയിലെത്തുന്നു. എഴുപതു ബില്ല്യൻ ന്യൂട്രിനോകളാണ് ഓരോ സെക്കന്റിലും ഭൗമോപരിതലത്തിലെ ഓരോ ചതുരശ്ര സെന്റീമീറ്ററിലും പതിക്കുന്നത്.

സൂര്യനിൽ നിന്നും വരുന്ന ഇലക്ട്രോൺ ന്യൂട്രിനോകളുടെ എണ്ണം കുറേ വർഷങ്ങളോളം ഭൂമിയിലെ ഡിറ്റക്റ്ററുകളുപയോഗിച്ച് കണക്കാക്കിയപ്പോൾ ലഭിച്ചിരുന്നത് സ്റ്റാൻഡേർഡ് സോളാർ മോഡൽ ഉപയോഗിച്ച് കണക്കുകൂട്ടിയതിന്റെ മൂന്നിലൊന്നു മുതൽ പകുതിവരെ മാത്രമായിരുന്നു. ഇത് സൗര ന്യൂട്രിനോ പ്രശ്നം എന്ന പേരിൽ അറിയപ്പെട്ടു.

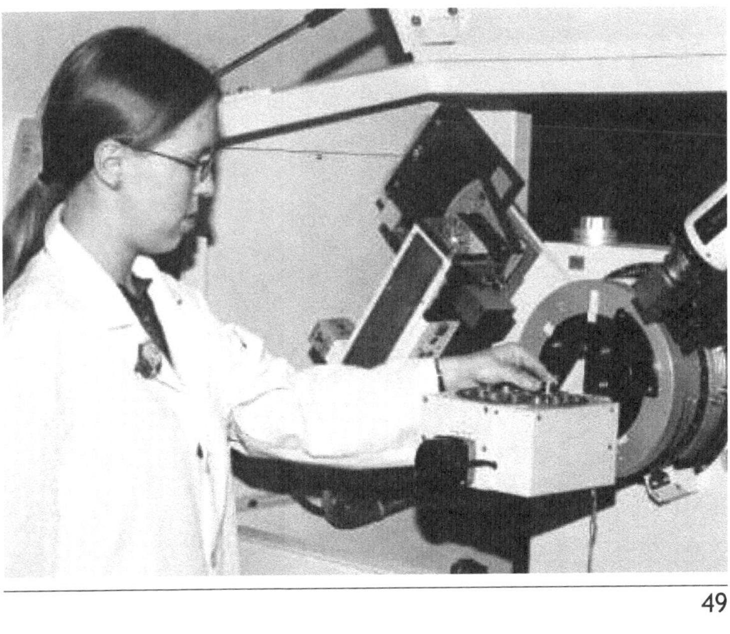

എന്താണ് സൗരക്കാറ്റ് ?

സൂര്യന്റെ അന്തരീക്ഷത്തിൽ നിന്നുൽഭവിക്കുന്ന ചാർജ്ജുള്ള കണികകളുടെ പ്രവാഹമാണ് സൗരകാറ്റ്. ഈ പ്രവാഹത്തിൽ കൂടുതലായും ഇലക്ട്രോണുകളും പ്രോട്ടോണുകളുമായിരിക്കും, അവയുടെ ഊർജ്ജ നില ഏകദേശം 1 KeV ഉം ആയിരിക്കും. സൂര്യന്റെ കൊറോണയിലെ ഉയർന്ന താപനിലയായിരിക്കും കണങ്ങളെ സൂര്യന്റെ ആകർഷണവലയത്തിൽ നിന്നു രക്ഷപ്പെടാൻ സഹായിക്കുന്നത് എന്ന് അനുമാനിക്കപ്പെടുന്നതെങ്കിലും, ഇത്തരം കണങ്ങൾ എങ്ങനെയാണ് ഉയർന്ന തോതിലുള്ള ഗതികോർജ്ജം കൈവരിക്കുന്നത് എന്ന് ഇതുവരെ മനസ്സിലാക്കാൻ കഴിഞ്ഞിട്ടില്ല.

സൗരകാറ്റിനെതുടർന്ന് പല പ്രതിഭാസങ്ങളും ഭൂമിയിൽ അരങ്ങേറാറുണ്ട്. ഭൂമിയുടെ കാന്തീകമണ്ഡലത്തിൽ ഉണ്ടാക്കുന്ന വ്യതിയാനങ്ങളെ തുടർന്ന് വൈദ്യുത വിതരണ സംവിധാനങ്ങൾ താറുമാറാകുക, ധ്രുവ പ്രദേശങ്ങളിൽ കാണപ്പെടുന്ന വർണ്ണരാശി എന്നിവ അവയിൽ ചില താണ്.

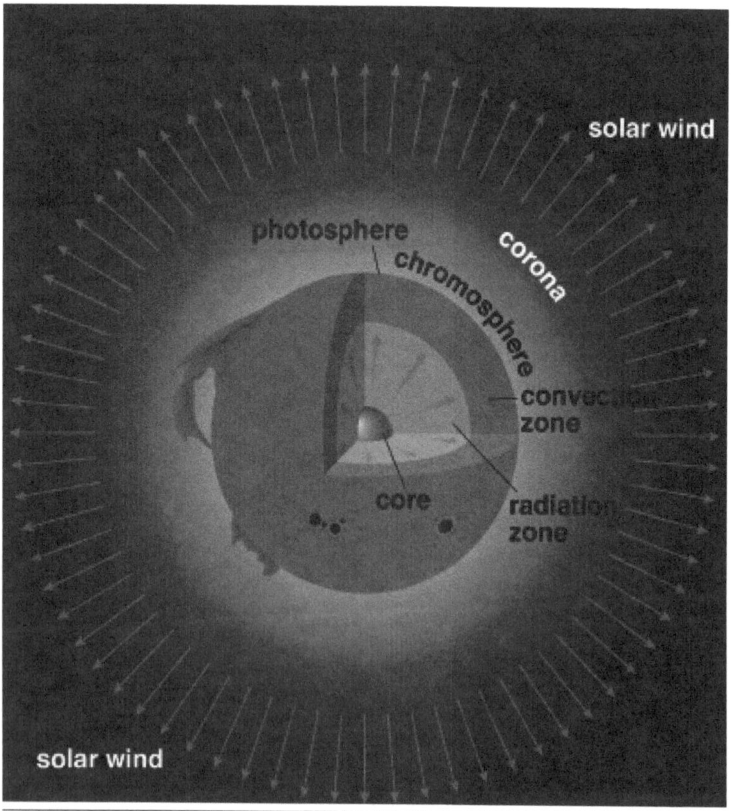

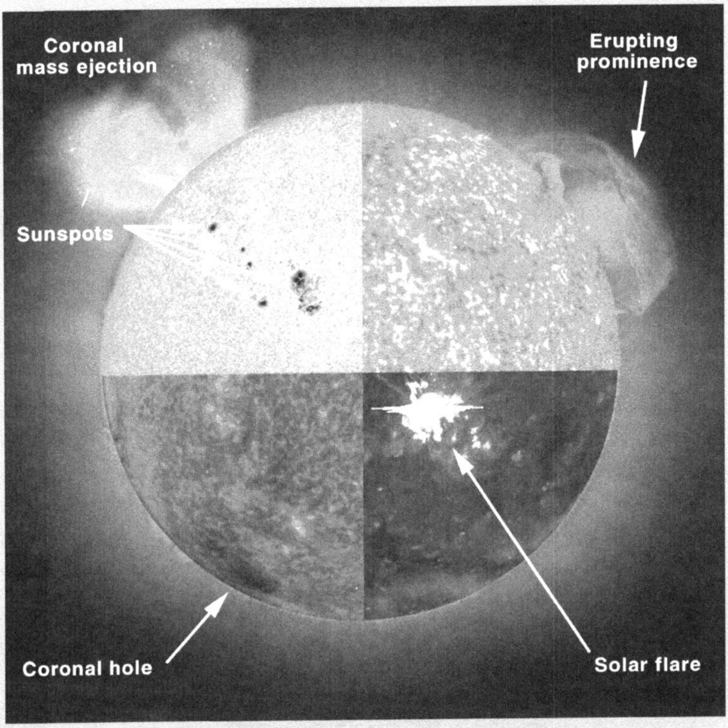

സൗരോപരിതലം എത്രത്തോളം പ്രക്ഷുബ്ധമാണ്?

കാമ്പിൽ നടക്കുന്ന പ്രവർത്തനങ്ങൾ കാരണം സൗരോപരിതലം എല്ലായ്പ്പോഴും ചലനത്തിലാണ്. ഉപരിതലം മുതൽ കൊറോണ വരെയുള്ള ഭാഗങ്ങൾ വളരെക്കുറഞ്ഞ പ്രകാശതീവ്രതയുള്ളതാണ്. സോളാർ പ്രോമിനൻസ് എന്നാണ് ഈ ഭാഗത്തിനെ പറയുന്നത്. കാന്തിക മണ്ഡലത്തിന്റെ പ്രഭാവം മൂലം കൊറോണയിൽ നിന്നുള്ള വാതകങ്ങൾ ഇവിടെ എത്തുന്നു. സോളാർ പ്രോമിനൻസ് എന്ന ഭാഗം ആയിരക്കണക്കിന് കിലോമീറ്ററുകളോളം നീളാം. ഇതിനു വിള്ളലുകൾ ഉണ്ടായാൽ സ്ഫോടനം നടക്കും. കൊറോണ പോലെത്തന്നെ സോളാർ പ്രോമിനൻസും നഗ്നനേത്രങ്ങൾ കൊണ്ട് കാണാനാവില്ല. ഇതിനായി പ്രത്യേക തരം ടെലസ്കോപ്പുകൾ നിലവിലുണ്ട്.

സൂര്യന്റെ പ്രായം എത്ര?

ഒരു ഹൈഡ്രജൻ വാതക മേഘം സാന്ദ്രീകരിച്ചാണ് 457 കോടി വർഷങ്ങൾക്കുമുൻപ് സൂര്യൻ രൂപപ്പെട്ടത്. സൂര്യന്റെ രൂപവത്കരണ കാലഘട്ടം രണ്ട് വിധത്തിലാണ് കണക്കാക്കിയിരിക്കുന്നത്: നക്ഷത്രപരിണാമങ്ങളുടെ കമ്പ്യൂട്ടർ മാതൃകകൾ, ന്യൂക്ലിയോകോസ്മോക്രൊണോളജി എന്നിവയുടെ സഹായത്താൽ മുഖ്യശ്രേണിയിലെ സൂര്യന്റെ സ്ഥാനം കണക്കാക്കിയാണ് ഒന്നാമത്, ഇത് പ്രകാരം 457 കോടി വർഷങ്ങൾ ആണ് സൂര്യന്റെ പ്രായം എന്ന് കണക്കാക്കുന്നു. ഇതേ ഫലത്തോട് ചേർന്നുതന്നെയാണ് ഏറ്റവും പഴക്കം ചെന്ന സൗരയൂഥപദാർത്ഥങ്ങളുടെ റേഡിയോമെട്രിക്ക് ഡേറ്റിങ്ങ് അനുസരിച്ചുള്ള ഫലവും, ഇതുപ്രകാരം 456. 7 കോടി വർഷം പഴക്കം എന്നാണ് ലഭിക്കുന്നത്.

കാമ്പിൽ നടക്കുന്ന അണുസംയോജനം വഴി ഹൈഡ്രജൻ അണുക്കൾ ഹീലിയമാക്കി മാറ്റുന്ന പ്രക്രിയയിൽ സൂര്യൻ പകുതി കാലം പൂർത്തിയാക്കിയിരിക്കുന്നു. സൂര്യന്റെ കാമ്പിൽ ഓരോ സെക്കന്റിലും 4 ദശലക്ഷം ടണ്ണിലധികം ദ്രവ്യം ഊർജ്ജമായി മാറ്റപ്പെടുന്നു, ഇത് ന്യൂട്രിനോകളും സൗരവികിരണവും സൃഷ്ടിക്കുന്നു; ഈ നിരക്കനുസരിച്ച് സൂര്യൻ ഇതുവരെ 100 ഭൗമപിണ്ഡത്തിനു തുല്യമായ ദ്രവ്യത്തെ ഊർജ്ജമാക്കി മാറ്റിയിരിക്കണം.

സൂര്യൻ പണ്ടും ഇത്രയും പ്രകാശമുള്ള ഗ്രഹമായിരുന്നോ?

380 കോടി വർഷം മുൻപ് മുതൽ 250 കോടി വർഷം മുൻപ് വരെ, അതായത് ആർക്കീയൻ കാലഘട്ടത്തിൽ (Archean period) , സൂര്യന് ഇന്നുള്ളതിന്റെ 70 ശതമാനം മാത്രമേ തിളക്കമുണ്ടായിരുന്നുള്ളൂ. ഗണിതശാസ്ത്രപരമായി നോക്കിയാൽ അന്നത്തെ ഭൂമിയുടെ താപനില ഇന്നത്തെക്കാൾ 25ഡിഗ്രി സെൽഷ്യസ് താഴെയായിരുന്നത്രേ. അന്തരീക്ഷഘടന അന്ന് വ്യത്യസ്തമായിരുന്നു. വളരെയധികമുണ്ടായിരുന്ന കാർബൺഡയോക്സയിഡിന്റെ അളവ് ഭൂമിയിൽ ഹരിതഗൃഹപ്രഭാവം സൃഷ്ടിച്ചു. അതുകൊണ്ടുള്ള താപനില വർധനവ് കാരണമാണ് ഭൂമിയിലെ മുഴുവൻ ജലവും ഐസായി മാറിപോവാതിരുന്നത്.

ഭൂമിയെ ഒരുനാൾ സൂര്യൻ വിഴുങ്ങുമോ?

വരുന്ന അഞ്ചു ബില്ല്യൻ വർഷത്തിനകം സൂര്യനിലെ ഹൈഡ്രജൻ മുഴുവനും കത്തിത്തീരും. ജീവിതാന്ത്യത്തിൽ ഒരു സൂപ്പർനോവയായി പൊട്ടിത്തെറിക്കുവാനാവശ്യമായ പിണ്ഡം സൂര്യനില്ല. കാമ്പിലെ ഹൈഡ്രജൻ ഇന്ധനം ഉപയോഗിച്ചുതീരുമ്പോൾ കാമ്പ് ചുരുങ്ങുകയും ചൂടുപിടിക്കുകയും തൽഫലമായി പുറംപാളികൾ വികസിച്ച് ചുവപ്പുഭീമൻ എന്ന ഘട്ടത്തിൽ പ്രവേശിക്കുകയും ചെയ്യും എന്ന് ശാസ്ത്രജ്ഞർ പറയുന്നു. കാമ്പിലെ താപനില 10 കോടി കെൽവിനായി വർദ്ധിക്കുമ്പോൾ ഹീലിയം അണുസംയോജനവും അതുവഴി കാർബൺ ഉല്പാദനവും ആരംഭിക്കും, ഇതോടെ സൂര്യൻ ചെറുതും ഇടത്തരവുമായ നക്ഷത്രങ്ങളുടെ വികസിച്ചുള്ള അസിംപ്റ്റോടിക്ക് ജയന്റ് ബ്രാഞ്ച് (Asymptotic giant branch) എന്ന ഗണത്തിൽ പ്രവേശിക്കും. ഇതോടെ ഭൂമിയിൽ ജീവൻ സാധ്യമല്ലാതാകും. അതിഭയങ്കരമായ താപനില വർധനവ് കാരണം ഭൂമി ഉരുകി ലാവാസമുദ്രമായി മാറും.

സൂര്യഗ്രഹണം നിരീക്ഷിക്കുന്നതിനുള്ള സുരക്ഷിതമായ വഴി എന്താണ്?

സൂര്യഗ്രഹണം നിരീക്ഷിക്കുമ്പോൾ കുറെ കാര്യങ്ങൾ ശ്രദ്ധിക്കണം. പൂർണ്ണ ഗ്രഹണത്തിന് മുൻപ് സൂര്യനെ നോക്കുന്നത് കണ്ണിനു ഹാനികരമാണ്. ഇതിനു വേണ്ടി പ്രത്യേക തരം കണ്ണടകൾ ലഭ്യമാണ്. ശരിയായി ഫിൽട്ടർ ഉപയോഗിക്കാത്ത ബൈനോക്കുലർ, ടെലസ്കോപ്പ്, ടെലിഫോട്ടോലെൻസുകൾ എന്നിവ ഒന്നും തന്നെ ഉപയോഗിക്കാൻ പാടില്ല. ലോഹ കോട്ടിംഗ് ഉള്ള സൺ ഫോയിൽ ഉപയോഗിച്ചും ഇത് നിരീക്ഷിക്കാം.

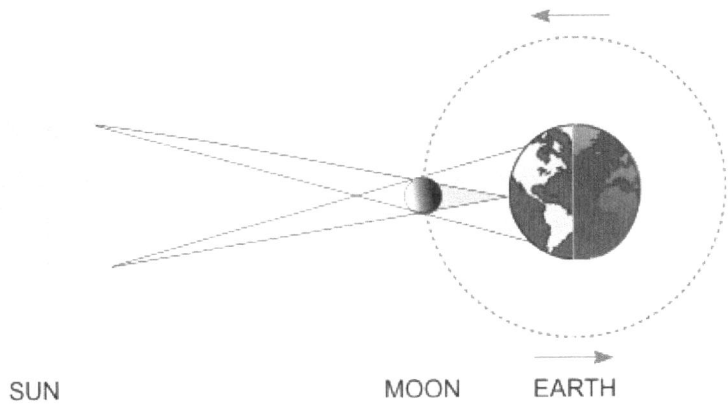

എന്താണ് വളയ സൂര്യഗ്രഹണം (Annular eclipse) ?

ചന്ദ്രൻ സൂര്യനും ഭൂമിക്കും ഇടയിൽ വരുമ്പോൾ സൂര്യൻ ഭാഗികമായോ, പൂർണ്ണമായോ മറയപ്പെടുന്ന പ്രതിഭാസമാണ് സൂര്യഗ്രഹണം. ഭൂമിയിൽ നിന്ന് നോക്കുമ്പോൾ സൂര്യനും ചന്ദ്രനും ആവുന്ന കറുത്തവാവ് ദിവസമാണ് സൂര്യഗ്രഹണം നടക്കുക. ഓരോ വർഷവും രണ്ടു മുതൽ അഞ്ചു വരെ സൂര്യഗ്രഹണങ്ങൾ ഭൂമിയിൽ നടക്കാറുണ്ട്. ഇവയിൽ പൂജ്യം മുതൽ രണ്ടു വരെ എണ്ണം പൂർണ്ണ സൂര്യഗ്രഹണങ്ങളായിരിക്കും. എങ്കിലും ചന്ദ്രന്റെ നിഴൽ ഭൂമിയിലെ ചെറിയൊരു ഭാഗത്തുകൂടിയാണ് കടന്നുപോവുക എന്നതിനാൽ ഭൂമിയിലെ ഏതു പ്രദേശത്തും പൂർണ്ണ സൂര്യഗ്രഹണം എന്നത് അപൂർവമായ ഒരു പ്രതിഭാസമാണ്.

ദീർഘവൃത്താകൃതിയിലുള്ള ചന്ദ്രന്റെ ഭ്രമണപഥം മൂലം ഭൂമിയും ചന്ദ്രനും സൂര്യനും ഒരേ നേർരേഖയിലാണെങ്കിലും ചിലപ്പോൾ ചന്ദ്രനു സൂര്യനെ പൂർണ്ണമായി മറയ്ക്കാൻ കഴിഞ്ഞില്ല എന്നു വരും. ഭൂമിയിൽ നിന്നു നോക്കുമ്പോൾ ചന്ദ്രന്റെ കോണീയവ്യാസം സൂര്യന്റേതിനെക്കാൾ ചെറുതാകുമ്പോളാണ് ഇത് സംഭവിക്കുന്നത്. ഈ സമയത്ത് സൂര്യന്റെ വൃത്തത്തിന്റെ ബാഹ്യഭാഗം ഒരു വളയമായി ചന്ദ്രനു വെളിയിൽ കാണാമായിരിക്കും. ഇത്തരം സൂര്യഗ്രഹണങ്ങളെ വളയ സൂര്യഗ്രഹണം (Annular eclipse) എന്നു വിളിക്കുന്നു, ഇവയും സമ്പൂർണ്ണ സൂര്യഗ്രഹണങ്ങളാണ്.

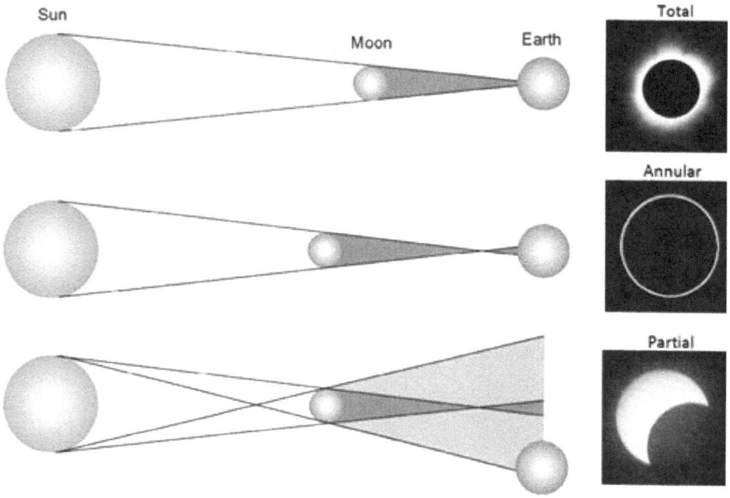

സൂര്യഗ്രഹണം ഉണ്ടാകുന്നത് എപ്പോഴെല്ലാം?

ഭൂമിയുടെയും ചന്ദ്രന്റെയും ഭ്രമണപഥങ്ങൾ ഒരേ തലത്തിലായിരുന്നു വെങ്കിൽ എല്ലാ കറുത്തവാവു ദിവസവും സൂര്യഗ്രഹണം നടക്കുമായി രുന്നു. എന്നാൽ ചന്ദ്രന്റെ ഭ്രമണപഥം ഭൂമിയുടേതിന് അഞ്ച് ഡിഗ്രിയോ ളം ചരിഞ്ഞാണ് നിലകൊള്ളുന്നത്. അതുകൊണ്ട് ഗ്രഹണം നടക്കണമെങ്കിൽ ചന്ദ്രൻ സൂര്യനും ഭൂമിക്കും ഇടയിലായി ചന്ദ്രപഥം ഭൂമിയുടെ ഭ്രമണപഥത്തിന്റെ തലത്തെ മുറിച്ചുകടക്കുന്ന ബിന്ദുവിൽ എത്തണം. ഈ ബിന്ദു രാഹുവും കേതുവും എന്നറിയപ്പെടുന്നു. അതാ യത്, ചന്ദ്രൻ രാഹുവിലോ കേതുവിലോ ആവുന്ന അമാവാസിദിനത്തിലാ ണ് സൂര്യഗ്രഹണമുണ്ടാകുന്നത്.

ഭൂമിയും ചന്ദ്രനും, ചന്ദ്രനും സൂര്യനും തമ്മിലുള്ള ദൂരങ്ങൾ തമ്മിലുള്ള യാദൃച്ഛികമായ കൃത്യത മൂലം ചില ഗ്രഹണങ്ങളിൽ ഭൂ മിയിലെ ചില ഭാഗങ്ങളിൽ നിന്നു നോക്കുമ്പോൾ ചന്ദ്രൻ സൂര്യനെ പൂർണ്ണമായി മറച്ചതായി കാണപ്പെടും. ഇതിനെ പൂർണ്ണ സൂര്യഗ്രഹണം (Total eclipse) എന്നു വിളിക്കുന്നു. പൂർണ്ണഗ്രഹണസമയത്ത് മാത്രമേ സൂര്യന്റെ അന്തരീക്ഷമായ കൊറോണ കാണാൻ കഴിയാറുള്ളൂ.

ഭൂമിയിൽ നിന്ന് നോക്കുമ്പോൾ രാഹു ഭൂമിയുടേയും സൂര്യന്റേയും മധ്യത്തിൽ നിന്നും അല്പം മാറിയിരിക്കുമ്പോളാണ് ഗ്രഹണം നടക്കുന്നതെങ്കിൽ ചന്ദ്രൻ സൂര്യനെ ഭാഗികമായി മാത്രം മറയ്ക്കുന്നു. ഇതിനു ഭാഗിക സൂര്യഗ്രഹണം (Partial eclipse) എന്നു പറയുന്നു.

സൗരയൂഥത്തെ കുറിച്ച് എന്തറിയാം

നക്ഷത്രങ്ങൾ, ഗ്രഹങ്ങൾ, ചന്ദ്രൻമാർ എന്നിവ തമ്മിലുള്ള വ്യത്യാസം എന്ത് ?
സ്വന്തമായി പ്രകാശമുള്ള ബഹിരാകാശ വസ്തുക്കളാണ് നക്ഷത്രങ്ങൾ. ഗ്രഹങ്ങൾക്ക് സ്വന്തമായി പ്രകാശം പുറത്തു വിടാനുള്ള കഴിവില്ല. തൊട്ടടുത്തുള്ള എതെങ്കിലു നക്ഷത്രത്തിൽ നിന്നും വരുന്ന പ്രകാശം തട്ടി പ്രതിഫലിച്ചാണ് ഇവയ്ക്ക് തിളക്കം ഉള്ളതായി തോന്നുന്നത്. ഗ്രഹങ്ങൾക്ക് ചുറ്റുമായി സഞ്ചരിക്കുന്ന ബഹിരാകാശ വസ്തുക്കളാണ് ചന്ദ്രൻ എന്നറിയപ്പെടുന്നത്.

കുള്ളൻ ഗ്രഹം എന്നാലെന്ത് ?
ഒരു നക്ഷത്രത്തെ വലം വച്ചു കൊണ്ടിരിക്കുന്നതും, ഗോളത്തിന്റെ രൂപം പ്രാപിക്കുവാൻ ആവശ്യമായ ഭാരവും വ്യാസവും ഉള്ളതും, എന്നാൽ സ്വന്തം ഭ്രമണപഥത്തിന്റെ പരിസരത്തിനുമേൽ പൂർണ നിയന്ത്രണാധികാരം പാലിക്കാൻ സാധിക്കാത്തതുമായ (Not Cleared the neighbourhood) ജ്യോതിർവസ്തുക്കളെയാണ് കുള്ളൻ ഗ്രഹം എന്നു പറയുന്നത്. അന്താരാഷ്ട്ര ജ്യോതിശാസ്ത്ര യൂണിയൻ ആണ് ഈ നിർവചനം നൽകിയിരിക്കുന്നത്

താഴെപ്പറയുന്ന സൗരയൂഥവസ്തുക്കളെയാണ്
കുള്ളൻ ഗ്രഹം ആയി ഇപ്പോൾ കണക്കാക്കുന്നത്.

സെറെസ്, പ്ലൂട്ടോ, ഈറിസ്, ഹോമിയ, മേക്മേക്ക്

മറ്റു ഗ്രഹങ്ങളിലും ഋതുക്കൾ ഉണ്ടോ?

ഭൂമിയുടെ സൂര്യനുചുറ്റുമുള്ള പരിക്രമണവും ഭൂമിയുടെ ഭ്രമണാക്ഷത്തിന് ഭ്രമണതലവുമായുള്ള ചരിവുമാണ് ഋതുഭേദങ്ങൾ ഉണ്ടാക്കുന്നത്. ഭൂമിയുടെ ഭ്രമണാക്ഷത്തിന് ഭ്രമണതലവുമായുള്ള 23.5° ചരിവാണ് ഋതുഭേദങ്ങൾക്കുള്ള പ്രധാന കാരണം. ഉഷ്ണകാലത്തും ശൈത്യകാലത്തും സൂര്യരശ്മികൾ ഭൂമിയുടെ ഒരു അർദ്ധഗോളത്തിൽ നേരെ പതിക്കുമ്പോൾ മറ്റേ അർദ്ധഗോളത്തിൽ ചരിഞ്ഞാണ് പതിക്കുന്നത്. ചൊവ്വയിൽ ഇങ്ങനത്തെ തുടർച്ചയായുള്ള ഋതുഭേദങ്ങൾ കാണാം. ഇതിന്റെ ഭ്രമണപഥത്തിന്റെ പ്രത്യേകതയാണ് കാരണം. യുറാനസ് മറ്റൊരു ഉദാഹരണമാണ്. അതിന്റെ അക്ഷത്തിനു 90° ചെരിവുണ്ട്. അതുകൊണ്ട് ഒരു യുറാനിയൻ വർഷത്തിന്റെ പകുതി ഉത്തരധ്രുവവും മറുപകുതി ദക്ഷിണധ്രുവവും സൂര്യപ്രകാശത്തിൽ കാണുന്നു.

• *ജോഹനാസ് കെപ്ലർ*

ഗ്രഹചലനനിയമങ്ങൾ

ഗ്രഹചലനം സംബന്ധിച്ച് ജോഹനാസ് കെപ്ലർ കണ്ടെത്തിയ മൂന്ന് നിയമങ്ങളാണ് കെപ്ലർ നിയമങ്ങൾ എന്നറിയപ്പെടുന്നത്.

ഒന്നാം നിയമം എല്ലാ ഗ്രഹങ്ങളും സൂര്യനുചുറ്റും സഞ്ചരിക്കുന്ന പാത ദീർഘവൃത്തം ആണ്. ദീർഘവൃത്തത്തിന്റെ ഒരു ഫോക്കസിൽ സൂര്യൻ സ്ഥിതി ചെയ്യുന്നു.

രണ്ടാം നിയമം ഒരു ഗ്രഹത്തെയും സൂര്യനെയും ബന്ധിപ്പിക്കുന്ന ഒരു രേഖാഖണ്ഡം സങ്കൽപ്പിച്ചാൽ അത് ഒരേ സമയാന്തരാളത്തിൽ ഒരേ വിസ്തീർണ്ണത്തെ കടന്നുപോകും. ഇതു ശരിയാകണമെങ്കിൽ ഗ്രഹം സൂര്യന് അടുത്തായിരിക്കുമ്പോൾ വേഗത കൂടുതലാവുകയും അകലെയായിരിക്കുമ്പോൾ വേഗത കുറവായിരിക്കുകയും വേണം.

മൂന്നാം നിയമം ഗ്രഹങ്ങൾ സൂര്യനെ ചുറ്റാനെടുക്കുന്ന ആവർത്തന കാലത്തിന്റെ വർഗ്ഗവും അവയ്ക്ക് സൂര്യനിൽനിന്നുള്ള ശരാശരി ദൂരത്തിന്റെ മൂന്നാംഘാതവും നേർ അനുപാതത്തിലായിരിക്കും.

കെപ്ലർ തന്റെ നിയമങ്ങൾ കണ്ടെത്തിയത് നിരീക്ഷണങ്ങളെ മാത്രം അടിസ്ഥാനപ്പെടുത്തിയായിരുന്നു. പിന്നീട് ഐസക് ന്യൂട്ടണാണ് ഇവയക്ക് സൈദ്ധാന്തിക വിശദീകരണം നൽകിയത്. ന്യൂട്ടന്റെ ചലന നിയമങ്ങളും ഗുരുത്വാകർഷണനിയമവും ഉപയോഗിച്ച് കെപ്ലറുടെ നിയമങ്ങൾ പൂർണ്ണമായും വിശദീകരിക്കാൻ കഴിയും.

ചൊവ്വ ചുവന്ന നിറത്തിൽ കാണുന്നത് എന്തുകൊണ്ട്?

നഗ്നനേത്രങ്ങൾകൊണ്ടുള്ള നിരീക്ഷണങ്ങളിൽ മങ്ങിയ മഞ്ഞ, ഓറഞ്ച്, ചുവപ്പ് തുടങ്ങിയ നിറങ്ങളിലാണ് ചൊവ്വ ആകാശത്ത് ദൃശ്യമാകുന്നത്. യഥാർത്ഥത്തിൽ മങ്ങിയ ഓറഞ്ച് നിറമാണ് ചൊവ്വയുടേത്. അന്തരീക്ഷത്തിലെ പൊടികൾ കാരണമായാണ് ചുവപ്പുനിറം വരുന്നത്; സ്പിരിറ്റ് റോവർ പകർത്തിയ ചിത്രത്തിൽ ചുറ്റുപാടുകൾക്ക് പച്ചകലർന്ന തവിട്ടുനിറവും, ചെളിനിറവുമായിരുന്നു കൂടെ നീലയും ചാരവും കലർന്ന നിറത്തിലുള്ള പാറകളും, അങ്ങിങ്ങായി ഇളം ചുവപ്പ് നിറത്തിലുള്ള മണലും പശ്ചാത്തലത്തിലുണ്ടായിരുന്നു.

ഭൂമിയുമായി ഏറ്റവും അടുത്തുവരുമ്പോഴുള്ള ദൂരത്തിന്റെ ഏഴിരട്ടി അകലെയായിരിക്കും ഏറ്റവും അകലെയായിരിക്കുമ്പോഴുള്ള ഗ്രഹത്തിന്റെ ദൂരം. ഏറ്റവും അകലെയായിരിക്കുമ്പോൾ ഒരു മാസത്തോളം സൂര്യന്റെ പ്രഭയിൽ മുങ്ങുന്നതിനാൽ ദൃശ്യമാകുകയില്ല. 15-17 വർഷത്തെ ഇടവേളയിൽ ഗ്രഹം ഭൂമിയോട് ഏറ്റവും അടുത്ത് വരുന്നു, ഇത് എല്ലായിപ്പോഴും ജുലൈ മുതൽ സെപ്റ്റംബർ അവസാനം വരെയുള്ള സമയത്തിനിടയിലായിരിക്കും സംഭവിക്കുക, ഈ അവസരങ്ങളിൽ ദൂരദർശിനികളിൽ കൂടി വീക്ഷിക്കുമ്പോൾ ഗ്രഹോപരിതലത്തിന്റെ പ്രത്യേകതകൾ വ്യക്തമായി ദർശിക്കാനാവും, ഇങ്ങനെ ദൃശ്യമാകുന്നവയിൽ ഏറ്റവും മുഖ്യമായത് അതിന്റെ ധ്രുവാവരണങ്ങളാണ്.

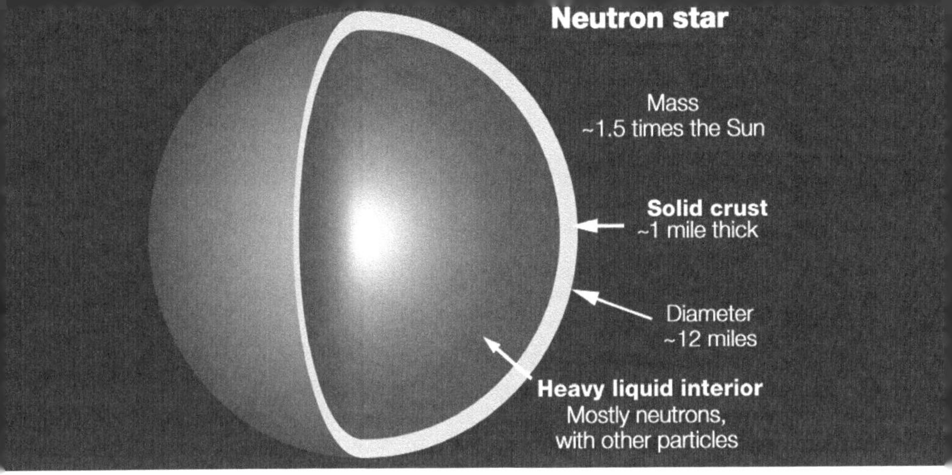

ന്യൂട്രോൺ നക്ഷത്രം (neturon star)

ഭാരം കൂടിയ നക്ഷത്രങ്ങളുടെ സൂപ്പർനോവ സ്ഫോടനത്തിനു ശേഷം അവയുടെ കാമ്പ് ഞെരുങ്ങിയാണ് ന്യൂട്രോൺ നക്ഷത്രമുണ്ടാകുന്നത്. ന്യൂട്രോൺ നക്ഷത്രങ്ങളുടെ ദ്രവ്യത്തിന്റെ ഭൂരിഭാഗവും ന്യൂട്രോണുകളായിരിക്കും അത് കൊണ്ടാണവയ്ക്ക് ഈ പേര് കൈവന്നത്. ഉയർന്ന താപനിലയാണ് ഇത്തരം നക്ഷത്രങ്ങളുടെ പ്രത്യേകത. ഊർജ്ജോൽപാദനം നിലയ്ക്കുന്ന നക്ഷത്രങ്ങളുടെ അന്ത്യത്തിന്റെ വിവിധ രൂപങ്ങളിലൊന്നാണിത്.

ഛിന്നഗ്രഹങ്ങൾ (Asteroids)

സൗരയൂഥത്തിൽ സൂര്യനു ചുറ്റും ഭ്രമണം ചെയ്യുന്ന ഗ്രഹങ്ങളെക്കാൾ ചെറുതും ഉൽക്കകളെക്കാൾ വലുതുമായ വസ്തുക്കളാണ് ഛിന്നഗ്രഹങ്ങൾ (Asteroids) എന്ന് വിളിക്കപ്പെടുന്നത്. ധൂമകേതുക്കളിൽ നിന്ന് ഇവയ്ക്കൂള്ള പ്രധാന വ്യത്യാസം ഇവയ്ക്ക് വാതകാവരണം ഇല്ല എന്നതാണ്. ചൊവ്വയ്ക്കും വ്യാഴത്തിനും ഇടയിലുള്ള ഛിന്നഗ്രഹവലയത്തിലെ (Asteroid belt) വസ്തുക്കളെയാണ് ഇതുകൊണ്ട് പ്രധാനമായും വിവക്ഷിക്കുന്നത്.

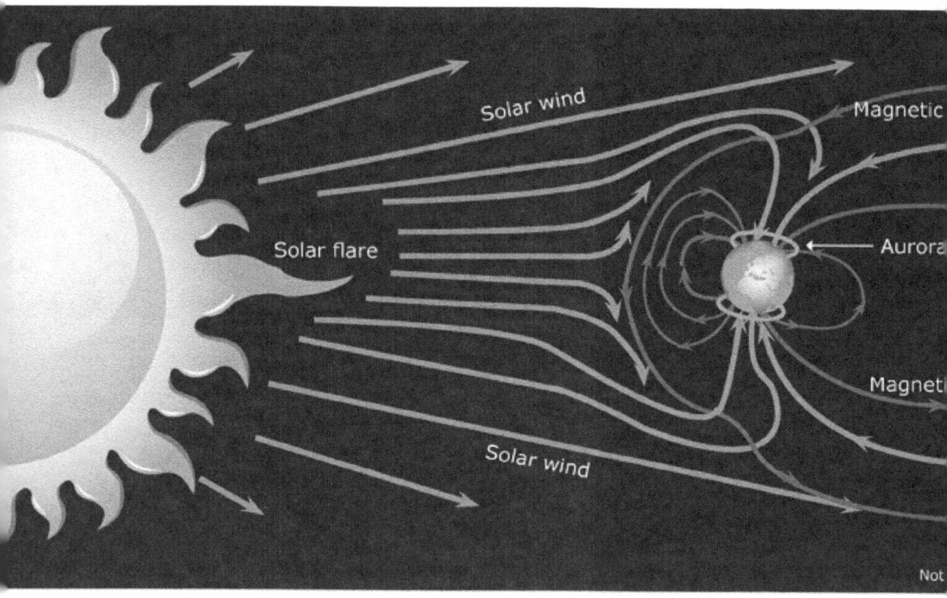

വാൽനക്ഷത്രത്തിന്റെ വാൽ എപ്പോഴും സൂര്യന് എതിർദിശയിൽ ആയിരിക്കുന്നത് എന്തുകൊണ്ട്?

ഗ്രഹങ്ങൾ, ക്ഷുദ്രഗ്രഹങ്ങൾ എന്നിവയെ അപേക്ഷിച്ച് വാൽനക്ഷത്രങ്ങളുടെ ഭാരം വളരെ കുറവാണ്. ഇരുമ്പ്, നിക്കൽ എന്നിവയുടെ ധൂളികൾ, ഖരാവസ്ഥയിലുള്ള അമോണിയ, മീഥേൻ, പലതരം സിലിക്കേറ്റുകൾ, കാർബൺ എന്നിവയും ഹൈഡ്രജൻ, കാർബൺ, നൈട്രജൻ, ഓക്സിജൻ തുടങ്ങിയ വാതകങ്ങളുമാണ് ഇതിൽ അടങ്ങിയിരിക്കുന്നത്. ഇവയിൽ ഭൂരിഭാഗവും ഘനീഭവിച്ച പദാർഥങ്ങളാണ്. സൂര്യന്റെ അടുത്തെത്തുമ്പോൾ പദാർഥങ്ങൾ സൗരവാതവും (solar wind) സൂര്യപ്രകാശവുമേറ്റ് ബാഷ്പമാവുകയും കോമ എന്ന് വിളിക്കപ്പെടുന്ന മേഘസദൃശമായ വാതകാവരണം രൂപീകൃതമാവുകയും ചെയ്യുന്നു. ഈ ആവരണത്തിന് അനേകം ദശലക്ഷം കി.മീ. വ്യാസമുണ്ടാകും. കോമയ്ക്കു ചുറ്റുമായി അനേകലക്ഷം കി.മീ. വ്യാസത്തിൽ ന്യൂക്ലിയസ്സിൽനിന്നു ബഹിർഗമിക്കുന്ന ഹൈഡ്രജൻ ആറ്റങ്ങളുടെ ഒരു ആവരണം കൂടി ഉണ്ടാകുന്നു (ഹൈഡ്രജൻ മേഘം). തുടർന്ന് ഇതിൽ ഒരുഭാഗം സൗരവാതത്തിന്റെ തള്ളൽമൂലം പിന്നിലേക്കു നീണ്ട് സൂര്യന്റെ എതിർദിശയിലായി അനേക ദശലക്ഷം കി.മീ. നീളമുള്ള വാലുകൾ (രണ്ടോ അതിൽ കൂടുതലോ) ഉണ്ടാകുന്നു, പ്രധാനമായിട്ടുള്ളത് ധൂളീവാൽ (dust tail), പ്ലാസ്മാവാൽ (plasma tail) എന്നിവയാണ്.

ചന്ദ്രൻ ഉണ്ടായതെങ്ങനെ ?

ഭൂമിയും മറ്റൊരു ചെറു ഗ്രഹവുമായുള്ള കൂട്ടിയിടി മൂലമുണ്ടായ അവശിഷ്ടങ്ങൾ ചേർന്നു ചന്ദ്രൻ ഉണ്ടായി എന്ന് പറയപ്പെടുന്നു. കൂട്ടിയിടി പരികൽപന (Impact/Collision hypothesis) എന്ന സിദ്ധാന്തം ആണിത് വിശദീകരിക്കുന്നത്. അടുത്ത കാലത്തായി ഈ സിദ്ധാന്തമാണ് കൂടുതൽ വിശ്വസനീയമായി കരുതിപ്പോരുന്നത്. തിയ അഥവാ ഓർഫ്യൂസ് എന്നറിയപ്പെട്ടിരുന്നതും ഏകദേശം ചൊവ്വാഗ്രഹത്തോളം വലിപ്പമുണ്ടായിരുന്നതുമായ ഒരു വൻ ഗ്രഹം അർദ്ധദ്രാവകാവസ്ഥയിലായിരുന്ന ഭൂമിയുമായി കൂട്ടിയിടിച്ചതിന്റെ ഫലമായി പുറന്തള്ളപ്പെട്ട വസ്തുക്കളിൽ നിന്ന് രൂപം കൊണ്ടതാണ് ചന്ദ്രൻ എന്നതാണ് ഈ സിദ്ധാന്തം. ഈ സിദ്ധാന്തത്തിന് തെളിവുകളായി നിരത്തുന്നത് പ്രധാനമായും 2 വാദങ്ങളാണ്:

ഭൂമിയും ചന്ദ്രനും ഒരുമിച്ചാണ് ഉണ്ടായതെങ്കിൽ ഒരേ പ്രതിഭാസം വഴി ഒരേ കാലത്ത് ഉണ്ടായതായിരുന്നുവെങ്കിൽ ഭൂമിയിലുള്ള മൂലകങ്ങൾ എല്ലാം ചന്ദ്രനിലും ഉണ്ടാവേണ്ടതായിരുന്നു. എന്നാൽ ചന്ദ്രനിൽ ഇവ വളരെ കുറഞ്ഞ അളവിലെ കാണുന്നുള്ളു. ചന്ദ്രന്റെ പദാർത്ഥ ഘടന ഭൂമിയുടെ പുറന്തോടിന്റെ ഘടനയുമായി വളരെ സാമ്യമുള്ളതാണ് താനും. റേഡിയോ ഡേറ്റിങ്ങ് ഉപയോഗിച്ച് നടത്തിയ പ്രായഗണനയനുസരിച്ച് ചന്ദ്രന്റെ ക്രസ്റ്റ് രൂപം പ്രാപിച്ചത് ഭൂമിയുടേതിന് രണ്ടോ മൂന്നോ കോടി വർഷങ്ങൾ കഴിഞ്ഞാണ്.

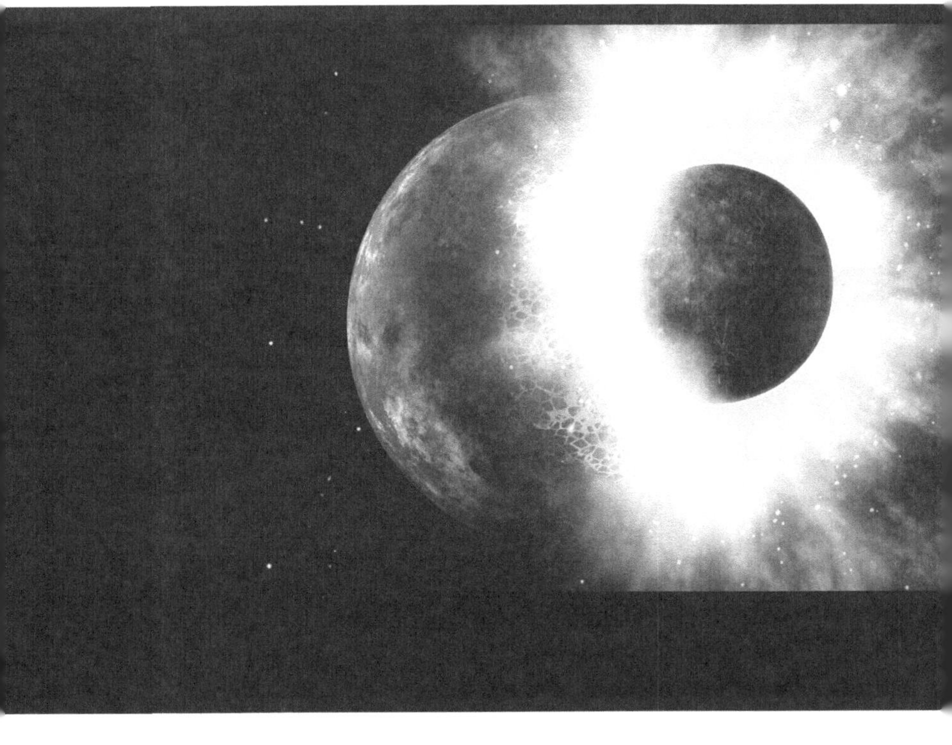

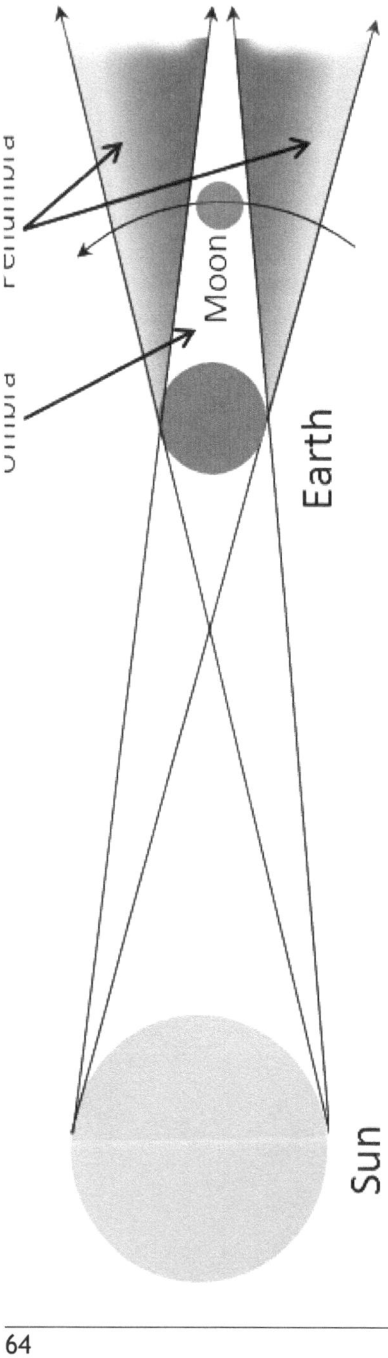

ചന്ദ്രഗ്രഹണം

സൂര്യപ്രകാശത്തിൽ നിന്നുമുണ്ടാകുന്ന ഭൂമിയുടെ നിഴൽ ചന്ദ്രനിൽ പതിക്കുന്നതിനാണ് ചന്ദ്രഗ്രഹണം എന്നു പറയുന്നത്. സൂര്യനും ഭൂമിയും ചന്ദ്രനും ഒരേ നേർരേഖയിൽ വരുമ്പോഴാണ് ചന്ദ്രഗ്രഹണം സംഭവിക്കുക. വെളുത്തവാവ് ദിവസമായിരിക്കും ചന്ദ്രഗ്രഹണം നടക്കുക. ഇത്തരം സന്ദർഭത്തിൽ ഭൂമി ചന്ദ്രനും സൂര്യനും ഇടയിലായിരിക്കും. മറ്റൊരു തരത്തിൽ പറഞ്ഞാൽ, ഭൂമിയെ പ്രദക്ഷിണം ചെയ്തുകൊണ്ടിരിക്കുന്ന ചന്ദ്രൻ ഭൂമിയുമായുള്ള ദിശയിൽ സൂര്യനു നേരെ എതിർദിശയിൽ വരുമ്പോഴാണു ചന്ദ്രഗ്രഹണം ഉണ്ടാവുക. ഭാഗിക ചന്ദ്രഗ്രഹണവും നടക്കാറുണ്ട്.

പൂർണ്ണഗ്രഹണസമയത്തു ചന്ദ്രൻ ചുവപ്പായി കാണപ്പെടുന്നത് എന്തുകൊണ്ട്?

പൂർണ്ണചന്ദ്രഗ്രഹണസമയത്തു ചന്ദ്രനെ മങ്ങിയ ചുവന്ന നിറത്തിൽ കാണാം. ഇതിനു കാരണം ഭൂമിയുടെ അന്തരീക്ഷമാണ്. ഭൗമാന്തരീക്ഷം ഇല്ലായിരുന്നുവെങ്കിൽ, ആ പൂർണ്ണചന്ദ്രഗ്രഹണവേളയിൽ ചന്ദ്രബിംബം പൂർണ്ണമായും അദൃശ്യമായിരുന്നേനെ. എന്നാൽ, ഭൂമിയുടെ അന്തരീക്ഷത്തിലൂടെ കടന്നുപോകുന്ന സൂര്യരശ്മികൾ അപഭ്രംശത്തിലൂടെ വളഞ്ഞ് ചന്ദ്രനിൽ പതിക്കുന്നു. ഇങ്ങനെ പതിച്ചുതിരിച്ചുവരുന്ന പ്രകാശത്തിന്റെ ഭൂരിഭാഗവും വിസരണം മൂലം ചിതറിപ്പോകുന്നു. റെയ്‌ലീ പ്രകീർണ്ണനം എന്നാണു ഇതിനു പറയുക. ചന്ദ്രനിൽ പ്രതിഫലിച്ചുതിരിച്ചു വരുന്ന ഈ പ്രകാശത്തിൽ ബാക്കിയാവുക താരതമ്യേന തരംഗദൈർഘ്യം കൂടുതലുള്ള ചുവപ്പ് നിറവും മഞ്ഞ നിറവും മാത്രമായിരിക്കും. ഇതു നമ്മുടെ കണ്ണിൽ പതിക്കുമ്പോൾ നമ്മൾ ചന്ദ്രനെ കാണുന്നത് മങ്ങിയ ചുവപ്പ് നിറത്തിലായിരിക്കും.

ഈ ചുവന്ന നിറത്തിന്റെ തീവ്രതയും നിറവും നമ്മുടെ അന്തരീക്ഷത്തിലെ പൊടിയുടേയും മേഘങ്ങളുടേയും അളവിനെ ആശ്രയിച്ചിരിക്കുന്നുഎന്ന് പറയാം. കൂടുതൽ പൊടിപടലങ്ങൾ നിറഞ്ഞ അന്തരീക്ഷത്തിൽ മറ്റു ആവൃത്തികളിലുള്ള പ്രകാശം കൂടുതൽ ചിതറിപ്പോവുകയും, അതുമൂലം ചുവപ്പുരാശി കൂടുതലായി കാണപ്പെടുകയും ചെയ്യും. ചന്ദ്രഗ്രഹണത്തിനു തൊട്ടുമുമ്പുള്ള ദിവസങ്ങളിൽ അഗ്നിപർവ്വതങ്ങൾ പൊട്ടിത്തെറിച്ചാൽ ആ ഗ്രഹണത്തിൽ ചന്ദ്രബിംബത്തിന്റെ നിറം കൂടുതൽ ചുവപ്പായി കാണാം.

ഉപഗ്രഹം

അവശ്യമായ തിരശ്ചീന പ്രവേഗം ഉള്ള വസ്തുക്കൾ ഭൂമിയെ ചുറ്റിക്കറങ്ങുന്നു. ഇവ ഉപഗ്രഹമായി മാറുന്നു. ഉപഗ്രഹമാക്കേണ്ട വസ്തുവിനെ പരിക്രമണപഥത്തിൽ എത്തിച്ച ശേഷം അവശ്യം വേണ്ട തിരശ്ചീനപ്രവേഗം ആ വസ്തുവിന് നൽകിയാണ് സാധാരണഗതിയിൽ ഉപ ഗ്രഹ വിക്ഷേപണത്തിൽ ചെയ്യുന്നത്. റോക്കറ്റുകളാണ് ഇതിനായി ഉപയോഗിക്കുന്നത്.

ഭൂമിയേയോ മറ്റ് ഗ്രഹങ്ങളേയോ ചുറ്റിക്കറങ്ങുന്ന വസ്തുക്കളാണ് ഉപഗ്രഹം (Satellite) എന്നറിയപ്പെടുന്നത്. ഗ്രഹത്തിൻറെ ഗുരുത്വാകർഷണ പരിധിയിൽ നിന്ന് പുറത്തുപോകാൻ സാധിക്കാതെ ഇത്തരം വസ്തുക്കൾ അതിനെ പരിക്രമണം ചെയ്തുകൊണ്ടിരിക്കും.

ഉപഗ്രഹങ്ങൾ രണ്ടു തരമുണ്ട്. പ്രകൃതിദത്തവും മ നുഷ്യനിർമ്മിതവും. ചന്ദ്രൻ ഭൂമിയുടെ പ്രകൃത്യായുള്ള ഉപഗ്രഹമാണ്. എന്നാൽ INSAT പോലെയുള്ളവ മനുഷ്യനിർമ്മിതമായ കൃത്രിമോപഗ്രഹങ്ങളുമാണ്.

സാറ്റലൈറ്റുകളുടെ ഉപയോഗമെന്ത്?

സാറ്റലൈറ്റുകൾ പലതരം ആവശ്യങ്ങൾക്ക് ഉപയോഗിക്കപ്പെടാറുണ്ട്. പ്രധാനമായും സൈനിക സൈനികേതര ഭൗമനിരീക്ഷണം, വാർത്താവിനിമയം, ഗതാഗതം, കാലാവസ്ഥാ നിരീക്ഷണം, ഗവേഷണം തുടങ്ങിയ ആവശ്യങ്ങൾക്കാണ് കൃത്രിമോപഗ്രഹങ്ങൾ ഉപയോഗിക്കപ്പെടുന്നത്. ഭ്രമണപഥത്തിലുള്ള ബഹിരാകാശ നിലയങ്ങളും ശൂന്യാകാശ വാഹനങ്ങളും കൃത്രിമോപഗ്രഹങ്ങളാണ്.

• *ബഹിരാകാശ നിലയം*

• *സ്പുട്നിക്ക്*

ലോകത്തിലെ ആദ്യത്തെ സാറ്റലൈറ്റ്

1957, ഒക്ടോബർ 4ന്, സോവിയറ്റ് യൂണിയൻ വിക്ഷേപിച്ച സ്പുട്നിക് ആണ് ആദ്യത്തെ കൃത്രിമ ഉപഗ്രഹം. സെർജി കോറോലെവ് ആയിരുന്നു ഇതിന്റെ രൂപകൽപന നിർവഹിച്ചത്. സ്പുട്നിക്ക് പ്രോജക്ടോടുകൂടി അമേരിക്കൻ ഐക്യനാടുകളും റഷ്യയുമായുള്ള ആകാശ പോരാട്ടം ആരംഭിച്ചു എന്നുതന്നെ പറയാം. അന്തരീക്ഷത്തിലെ വിവിധ പാളികളിലെ സാന്ദ്രതയെക്കുറിച്ച് സ്പുട്നിക്1 വിവരങ്ങൾ നൽകി. അതോടൊപ്പം, അയണോസ്ഫിയറിലെ റേഡിയോ തരംഗ വിതരണത്തെക്കുറിച്ചും കൂടുതൽ പഠിക്കാനായി.

ജി. പി. എസ് എന്നാലെന്താണ് ?

ഗ്ലോബൽ പൊസിഷനിങ്ങ് സിസ്റ്റം ആണ് ജി.പി.എസ് എന്ന ചുരുക്കപ്പേരിൽ അറിയപ്പെടുന്നത്. ഭൂമിയിൽ എവിടെ നിന്നുകൊണ്ടും ഏതു സമയത്തും ഏതു കാലാവസ്ഥയിലും സ്ഥാനവും സമയവും പ്രദാനം ചെയ്യുന്നു. പ്രധാനമായും അക്ഷാംശ രേഖാംശങ്ങൾ അടക്കം ഒരു സ്ഥലം കണ്ടുപിടിക്കാൻ ഇതുപയോഗിക്കുന്നു. ഇതിനായി നാലോ അതിലധികമോ നേർക്കാഴ്ചക്കു തടയില്ലാത്ത ജി. പി. എസ് ഉപഗ്രഹം ആവശ്യമാണ്.

ബഹിരാകാശത്തെ ആദ്യ മനുഷ്യൻ

സോവിയറ്റ് ബഹിരാകാശ സഞ്ചാരിയായ യൂറി അലക്സെയ്വിച് ഗഗാറിൻ (Yuri Aleksejevic Gagarin) ആണ് ബഹിരാകാശത്ത് ആദ്യം കാലു കുത്തിയത്. 1961 ഏപ്രിൽ 12ന് ഇദ്ദേഹം ബഹിരാകാശത്തെത്തിയ ആദ്യ മനുഷ്യനായി. ഭൂമിയെ ഭ്രമണം ചെയ്ത ആദ്യ മനുഷ്യനും ഇദ്ദേഹമാണ്. വോസ്റ്റോക് 3കെഎ2 എന്ന ബഹിരാകാശ വാഹനത്തിലായിരുന്നു അദ്ദേഹം പോയത്. 1968 മാർച്ച് 27ന് ഒരു പരിശീലനപ്പറക്കലിനിടെ മോസ്കോയ്ക്കടുത്തുവച്ച് മിഗ് 15 വിമാനം തകർന്നുണ്ടായ അപകടത്തോടുടർന്ന് അന്തരിച്ചു.

അന്താരാഷ്ട്ര ബഹിരാകാശ നിലയം

താഴ്ന്ന ഭൂഭ്രമണപഥത്തിൽ സഞ്ചരിച്ചുകൊണ്ടിരിക്കുന്നതും മനുഷ്യർക്ക് താമസിക്കാനാവുന്നതും ആയ ബഹിരാകാശ ഗവേഷണശാലയാണ് അന്താരാഷ്ട്ര ബഹിരാകാശ നിലയം (International Space station or ISS). 1998ൽ ആണ് ഈ നിലയത്തിന്റെ നിർമ്മാണ പ്രവർത്തനങ്ങൾ തുടങ്ങിയത്. ബഹിരാകാശത്തിലെ ഭ്രമണപഥത്തിൽ സഞ്ചരിച്ചുകൊണ്ടിരിക്കെത്തന്നെയാണ് അന്താരാഷ്ട്ര ബഹിരാകാശ നിലയത്തിന്റെ വിവിധ ഭാഗങ്ങൾ സംയോജിപ്പിച്ചത്. ഭൂഭ്രമണപഥത്തിൽ സഞ്ചരിക്കുന്ന ഏറ്റവും വലിപ്പം കൂടിയ കൃത്രിമ വസ്തുവാണിത്. റഷ്യയുടെ പ്രോട്ടോൺ, സോയുസ് റോക്കറ്റുകളും അമേരിക്കയുടെ സ്പൈസ് ഷട്ടിലുകളും ചേർന്നാണ് ഇതിന്റെ ഭാഗങ്ങൾ ബഹിരാകാശത്ത് എത്തിച്ചത് ഭൂമിയിൽനിന്നും നഗ്നനേത്രങ്ങൾക്കോണ്ട് കാണാവുന്ന ഈ നിലയം 330 കിലോമീറ്ററിനും 435കിലോമീറ്ററിനും ഇടയിൽ (205 മൈലിനും 270 മൈലിനും) ഉയരത്തിലായുള്ള ഭ്രമണപഥത്തിലാണ് സഞ്ചരിക്കുന്നത്. മണിക്കൂറിൽ ശരാശരി സെക്കന്റിൽ 7.66കിലോമീറ്റർ (27,600 km/h; 17,100 mph) വേഗതയിൽ സഞ്ചരിച്ച് 92.69 മിനുട്ട് കൊണ്ട് ഭൂമിയെ ഒരു തവണ ചുറ്റിവരുന്നു. ഒരു ദിവസം 15.54 തവണ ഭൂമിയെ വലം വെക്കുന്നു.

അമേരിക്ക (NASA), റഷ്യ (RKA), ജപ്പാൻ (JAXA), കാനഡ (CSA) തുടങ്ങിയ രാജ്യങ്ങളിലെയും പിന്നെ പതിനൊന്ന് യൂറോപ്യൻ രാജ്യങ്ങളിലെയും ബഹിരാകാശ സംഘടനകളുടെ (ESA) സംയുക്തമായ പദ്ധതിയാണ് അന്താരാഷ്ട്ര ബഹിരാകാശ നിലയം. അമേരിക്കയുടെ നാസയാണ് ഈ പദ്ധതിയ്ക്ക് നേതൃത്വം കൊടുക്കുന്നത്.

ബഹിരാകാശത്തെത്തിയ പ്രഥമ ഭാരതീയൻ

രാകേഷ് ശർമ (രാകേശ് ശർമ)
(ജനനം: 1949 ജനുവരി 13)

1984 ഏപ്രിൽ 2ന് റഷ്യൻ നിർമ്മിത സോയൂസ് ടി11 എന്ന വാഹനത്തിലാണ് രാകേഷ് ശർമ ശൂന്യാകാശത്തിലെത്തിയത്. സല്യൂട്ട് 7 എന്ന ബഹിരാകാശ നിലയത്തിൽ 8 ദിവസം അദ്ദേഹം ചിലവഴിച്ചു. ശൂന്യാകാശത്തിലെത്തുന്ന ലോകത്തിലെ 138ാമത്തെ സഞ്ചാരിയായിരുന്നു അദ്ദേഹം.

പഞ്ചാബിലെ പട്യാലയിൽ ജനിച്ച അദ്ദേഹം വ്യോമസേനാ ഉദ്യോഗസ്ഥനായിരുന്നു. വിങ് കമാൻഡറായി റിട്ടയർ ചെയ്ത അദ്ദേഹം പിന്നീട് ഒഅഘ ടെസ്റ്റ് പൈലറ്റായി നിയമിതനായി. 1992നു ശേഷം ഒഅഘ ടെസ്റ്റ് പൈലറ്റ് ആകാൻ ബാംഗ്ലൂരിലേക്ക് മാറി. 2001ൽ ടെസ്റ്റ് ഫ്ലൈയിംഗിൽ നിന്ന് വിരമിച്ചു. 1984ൽ വ്യോമസേനയിൽ സ്ക്വാഡ്രൺ ലീഡർ പദവിയിലിരിക്കെയാണ് അദ്ദേഹം ബഹിരാകാശ ദൗത്യത്തിനു തിരഞ്ഞെടുക്കപ്പെട്ടത്.

രാജ്യം അശോകചക്രം നൽകി രകേഷ് ശർമ്മയെ ആദരിച്ചു. യു.എസ്.എസ്.ആറിൻറെ ഓഡർ ഓഫ് ലെനിൻ എന്ന ബഹുമതി നേടി. ഹീറോ ഓഫ് ദ സോവിയറ്റ് യൂണിയൻ എന്ന ബിരുദവും ലഭിച്ചു. എയ്റോനോട്ടിക്കൽ സൊസൈറ്റി ഓഫ് ഇന്ത്യ, നാഷണൽ ഡിഫൻസ് അക്കാദമി, ഇന്ത്യൻ റോക്കറ്റ് സൊസൈറ്റി, ക്രിക്കറ്റ് ബ്ലു എന്നിവയുടെ ഓണററി മെമ്പർ ആണ് രാകേഷ് ശർമ. വ്യോമസേനയിൽ നിന്ന് വിങ്ങ് കമാൻഡറായാണ് അദ്ദേഹം വിരമിച്ചത്.

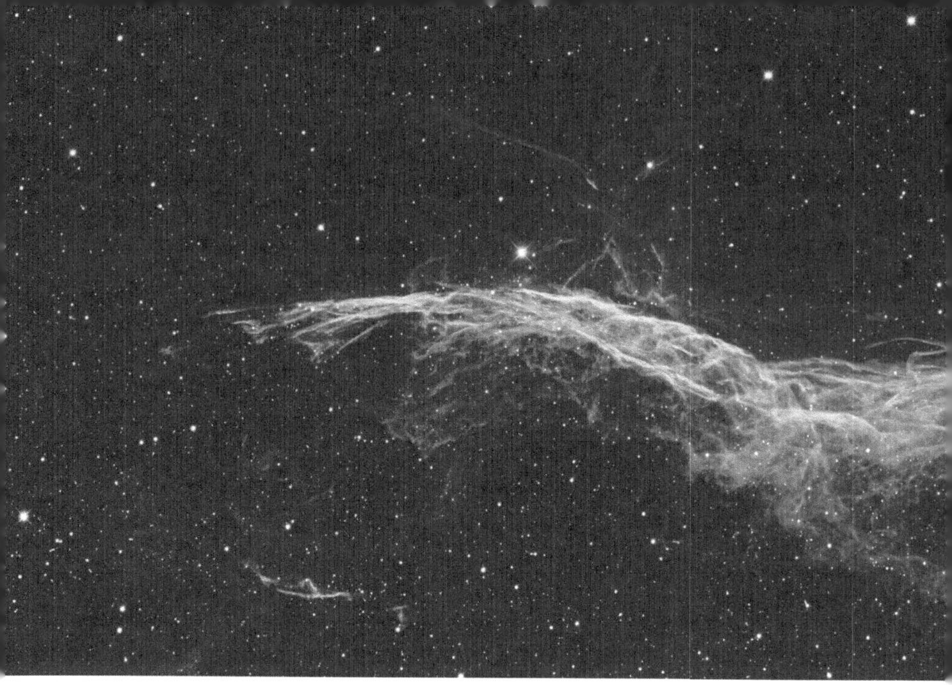

ജ്യോതിഃശാസ്ത്രം

ഖഗോള വസ്തുക്കളായ ഗ്രഹങ്ങൾ, ധൂമകേതുക്കൾ, നക്ഷത്രങ്ങൾ, താരാപഥങ്ങൾ തുടങ്ങിയവയേയും ഭൂമിയുടെ അന്തരീക്ഷത്തിന് പുറത്ത് നടക്കുന്ന പ്രതിഭാസങ്ങളേയും കുറിച്ചു പഠിക്കുന്ന ശാസ്ത്ര ശാഖയാണ് ജ്യോതിഃശാസ്ത്രം (ജ്യോതിശ്ശാസ്ത്രം എന്നും എഴുതുന്നു). ഖഗോള വസ്തുക്കളുടെ ഭൗതികശാസ്ത്രം, രസതന്ത്രം, ചലനം, അതോടൊപ്പം പ്രപഞ്ചത്തിന്റെ ഉൽപത്തിയും വികാസവും ഈ പഠനങ്ങളുടെ ഭാഗമാണ്. ഏറ്റവും പ്രാചീനമായ ശാസ്ത്രശാഖകളിൽ ഒന്നാണ് ജ്യോതിശാസ്ത്രം. ആദിമസംസ്കാരങ്ങളിലെ ജ്യോതിശ്ശാസ്ത്രജ്ഞന്മാർ ചിട്ടയായ ആകാശനിരീക്ഷണങ്ങൾ നടത്തിയിരുന്നു. ദൂരദർശിനിയുടെ കണ്ടുപിടുത്തത്തോടെ ജ്യോതിഃശാസ്ത്രം ഒരു ആധുനികശാസ്ത്രശാഖയായി വികസിച്ചു.

ഇരുപതാം നൂറ്റാണ്ടിൽ ജ്യോതിഃശാസ്ത്രം, നിരീക്ഷണ ജ്യോതിശാസ്ത്രം (Observational Atsronomy) സൈദ്ധാന്തിക ജ്യോതിർ ഭൗതികം (Theoretical Atsrophysics) എന്നിങ്ങനെ രണ്ടായി വിഭജിക്കപ്പെട്ടു. നിരീക്ഷണത്തിനു വേണ്ട ഉപകരണങ്ങൾ നിർമ്മിക്കുക, അവ പരിപാലിക്കുക, നിരീക്ഷണങ്ങൾ നടത്തി വിവരങ്ങൾ ശേഖരിക്കുക, ശേഖരിച്ച വിവരങ്ങളിൽ നിന്ന് നിഗമനങ്ങളിൽ എത്തി ചേരുക ഇവയൊക്കെയാണ് നിരീക്ഷണ ജ്യോതിശ്ശാസ്ത്രത്തിൽ ചെയ്യുന്നത്. നിരീക്ഷിച്ച വിവരങ്ങളിൽ നിന്നു സിദ്ധാന്തങ്ങൾ ഉണ്ടാക്കുകയോ,

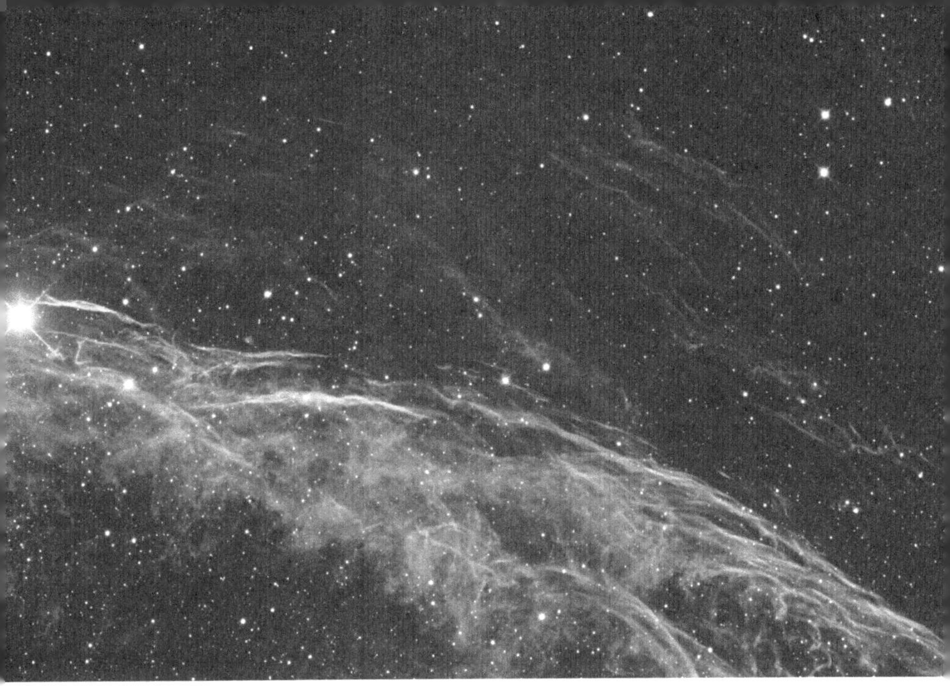

പുതുസിദ്ധാന്തങ്ങൾ രൂപപ്പെടുത്തി അവ സ്ഥാപിക്കുവാനായി നിരീക്ഷണങ്ങൾ നടത്തുകയോ ആണ് ജ്യോതിർഭൗതികത്തിൽ ചെയ്യുന്നത്. രണ്ട് ശാഖകളും പരസ്പരം ബന്ധപ്പെട്ടിരിക്കുന്നു. നിരീക്ഷണത്തിൽ തെളിഞ്ഞ വിവരങ്ങളെ വിശദീകരിക്കുന്നത് ജ്യോതിർഭൗതികത്തിന്റെ ജോലി ആണ്. അതുപോലെ ഭൗതികത്തിലെ തന്നെ പല അടിസ്ഥാന സിദ്ധാന്തങ്ങളേയും പരീക്ഷിക്കാനും നിരീക്ഷണ ജ്യോതിഃശാസ്ത്രം സഹായിക്കുന്നു. സാമാന്യ ആപേക്ഷികാ സിദ്ധാന്തത്തിന് നിരീക്ഷണ ജ്യോതിശ്ശാസ്ത്രത്തിലൂടെ ലഭിച്ച തെളിവുകൾ ഇതിനു ഉദാഹരണം ആണ്.

ജ്യോതിശ്ശാസ്ത്ര പഠനം ജീവിതോപാധി അല്ലാതെ, ഈ ശാസ്ത്ര ശാഖയിലുള്ള കമ്പം കൊണ്ട് വാനനിരീക്ഷണം നടത്തുന്നവരും ഉണ്ട്. ഇവരെ അമച്വർജ്യോതിശ്ശാസ്ത്രജ്ഞർ എന്നു പറയുന്നു. അമച്വർ ആയവർക്കും കാര്യമായ സംഭാവന നൽകുവാൻ കഴിയുന്ന ചുരുക്കം ശാസ്ത്രശാഖകളിൽ ഒന്നാണ് ജ്യോതിശാസ്ത്രം. പ്രധാനപ്പെട്ട പല ജ്യോതിശ്ശാസ്ത്ര കണ്ടുപിടുത്തങ്ങളും അമച്വർ ജ്യോതിശ്ശാസ്ത്രജ്ഞന്മാർ നടത്തിയിട്ടുണ്ട്.

ആധുനിക ജ്യോതിശ്ശാസ്ത്രത്തെ ജ്യോതിഷവുമായി തെറ്റിദ്ധരിക്കാറുണ്ട്. ഈ രണ്ട് വിഷയങ്ങൾക്കും പൊതുവായ ഒരു ഉറവിടം ആണ് ഉള്ളതെങ്കിലും ഇപ്പോൾ വ്യത്യസ്ത മേഖലകളിലാണ് രണ്ടിന്റേയും പ്രവർത്തനം

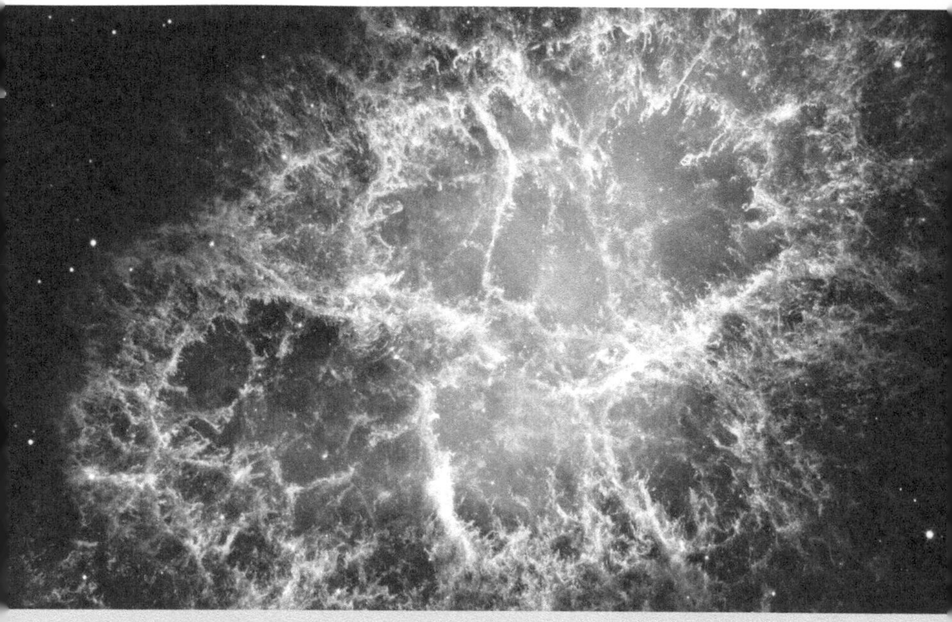

SN 1054 എന്ന സൂപ്പർനോവയുടെ അവശിഷ്ടമായ ക്രാബ് നെബുലയുടെ ഹബ്ബിൾ ടെലിസ്കോപ്പ് ചിത്രം. ചൈനീസ്, അറബ് ജ്യോതിശ്ശാസ്ത്രജ്ഞന്മാർ AD 1054ൽ ക്രാബ് നെബുലയ്ക്ക് കാരണമായ സൂപ്പർനോവയെ കണ്ടതായി ചരിത്രം ഉണ്ട്.

ചരിത്രം

നഗ്നനേത്രങ്ങളാൽ ദൃശ്യമാകുന്ന ഖഗോളവസ്തുക്കളുടെ ചലനവും അതിനെ അടിസ്ഥാനമാക്കിയുള്ള പ്രവചനങ്ങളും മാത്രമാണ് ആദ്യകാലങ്ങളിൽ ജ്യോതിശാസ്ത്രം കൈകാര്യം ചെയ്തിരുന്നത്. ഇംഗ്ലണ്ടിലുള്ള കുടക്കല്ലുകൾ (Stonehenge) പോലുള്ള ചില നിർമ്മിതികൾക്ക് ജ്യോതിശ്ശാസ്ത്രവുമായി ബന്ധം ഉണ്ട്. ആരാധനാ സംബന്ധമായ ആവശ്യങ്ങൾക്ക് പുറമേ ഇത്തരം നിർമ്മിതികൾ ഋതുക്കൾ, കൃഷി നടത്തേണ്ട കാലം, സമയം, വർഷത്തിന്റെ വിഭജനം എന്നിവയെ കുറിച്ചൊക്കെ അറിയാനും നമ്മുടെ പൂർവ്വികരെ സഹായിച്ചിരുന്നു.

പ്രാചീന കാലത്തിലെ പല ജ്യോതിശ്ശാസ്ത്ര ഉപകരണങ്ങളും കണ്ടെടുത്തിട്ടുണ്ട്. ജ്യോതിശ്ശാസ്ത്രത്തിൻ ഇന്നുപയോഗിക്കുന്ന ഉപകരണങ്ങൾ ആയ ദൂരദർശിനിയും മറ്റും കണ്ടുപിടിക്കുന്നതിനു മുൻപ് കെട്ടിടങ്ങളുടേയോ, പർവ്വതങ്ങളുടേയോ, മരങ്ങളുടേയോ ഒക്കെ മുകളിൽ നിന്ന് നഗ്നനേത്രങ്ങളാൽ മാത്രം ആണ് ഖഗോള വസ്തുക്കളെ കുറിച്ച് പഠനങ്ങൾ നടത്തിയിരുന്നത്.

ബാബിലോണിയ, പേർഷ്യ, ഈജിപ്ത്, മാസിഡോണിയ, ഇന്ത്യ,

പേരിനു പിന്നിൽ

ജ്യോതിർഗോളങ്ങളെപ്പറ്റിയുള്ള ശാസ്ത്രം' എന്ന അർഥത്തിലാണ് ജ്യോതിഃശാസ്ത്രം എന്ന വാക്ക് മലയാളത്തിൽ വന്നത്. നക്ഷത്രങ്ങളുടെ നിയമം എന്ന് അർത്ഥം വരുന്ന അസ്ട്രോണമിയ എന്ന ഗ്രീക്ക് വാക്കിൽ നിന്നാണ് 'ആസ്ട്രോണമി' എന്ന പദം ഇംഗ്ലീഷിൽ ഉണ്ടായത്.

ചൈന, ഇസ്ലാമിക ലോകം എന്നിങ്ങനെ വിവിധ സംസ്കാരങ്ങൾ വികാസം പ്രാപിച്ചതിനൊപ്പം ജ്യോതിശ്ശാസ്ത്ര നിരീക്ഷണാലയങ്ങൾ സ്ഥാപിക്കപ്പെടുകയും ആകാശത്തെ പറ്റി വിശദമായി പഠിക്കുവാൻ ആരംഭിക്കുകയും ചെയ്തു. ഗ്രഹങ്ങളുടെ ചലനത്തെ കുറിച്ച് പ്രാഥമികമായ വിവരങ്ങൾ ലഭിച്ചെങ്കിലും ഭൂമിയെ പ്രപഞ്ചത്തിന്റെ കേന്ദ്രം ആയും സൂര്യനും ഗ്രഹങ്ങളും നക്ഷത്രങ്ങളും ഒക്കെ ഭൂമിയെ ചുറ്റി സഞ്ചരിക്കുന്നതായും ആണ് കരുതപ്പെട്ടത്. ഇത് പ്രപഞ്ചത്തിന്റെ ഭൂകേന്ദ്ര മാതൃക (Geocetnric model of the universe) എന്നാണറിയപ്പെട്ടത്.

ദൂരദർശിനിയുടെ വരവിനു മുൻപ് തന്നെ പ്രധാനപ്പെട്ട ചില കണ്ടുപിടുത്തങ്ങൾ ജ്യോതിശ്ശാസ്ത്രത്തിൽ സംഭവിച്ചിട്ടുണ്ട്. ഉദാഹരണത്തിനു ക്രാന്തിവൃത്തത്തിന്റെ (ecliptic) ചരിവിനെ കുറിച്ച് ക്രി.മു 1000ൽ തന്നെ ചൈനാക്കാർ മനസ്സിലാക്കിയിരുന്നു. ഗ്രഹണം, സാറോസ് എന്ന ഒരു തുടർചക്രം അനുസരിച്ചാണ് നടക്കുന്നത് എന്ന് കൽദയക്കാർ കണ്ടുപിടിച്ചിരുന്നു. ക്രി.മു. രണ്ടാം നൂറ്റാണ്ടിൽ ചന്ദ്രന്റെ വലിപ്പവും ഭൂമിയിൽ നിന്ന് ചന്ദ്രനിലേക്കുള്ള ദൂരവും ഹിപ്പാർക്കസ് കണക്കുകൂട്ടിയിരുന്നു.

• *ഇംഗ്ലണ്ടിലുള്ള കുടക്കല്ലുകൾ*

ഡച്ച് ഭൂപടനിർമ്മാണവിദഗ്ദനായ ഫ്രെഡറിക്ക് ഡെ വിറ്റ് പതിനേഴാം നൂറ്റാണ്ടിൽ തയ്യാറാക്കിയ ഒരു ഖഗോള രേഖാചിത്രം.

ശാസ്ത്ര വിപ്ലവം

യൂറോപ്പിൽ നവോത്ഥാനകാലഘട്ടത്തിൽ (Renaissance) നിക്കോളാസ് കോപ്പർനിക്കസ് സൗരയൂഥത്തിന്റെ സൗരകേന്ദ്രസിദ്ധാന്തം അവതരിപ്പിച്ചു. അദ്ദേഹത്തിന്റെ പഠനങ്ങൾ പിന്നീട് ഗലീലിയോ ഗലീലിയും ജോഹാനസ് കെപ്ലറും മെച്ചപ്പെടുത്തുകയും വിപുലീകരിക്കുകയും ചെയ്തു. ഗലീലിയോ, ദൂരദർശിനി ഉപയോഗിച്ച് തന്റെ പഠനങ്ങൾ കൂടുതൽ സമഗ്രമാക്കി.

സൂര്യനെ കേന്ദ്രമാക്കിയുള്ള ഗ്രഹങ്ങളുടെ ചലനം വിശദീകരിക്കുവാൻ ആദ്യമായി ശ്രമിച്ചത് കെപ്ലർ ആയിരുന്നു. പക്ഷേ താൻ കണ്ടെത്തിയ നിയമങ്ങൾക്ക് പിന്നിലുള്ള സിദ്ധാന്തങ്ങൾ വികസിപ്പിക്കുവാൻ അദ്ദേഹത്തിനു കഴിഞ്ഞില്ല. ഐസക്ക് ന്യൂട്ടന്റെ ഗുരുത്വനിയമങ്ങളും ചലനനിയമങ്ങളും ഒക്കെ ആണ് ഗ്രഹങ്ങളുടെ ചലനം വിശദീകരിക്കുന്നതിൽ വിജയിച്ചത്. ന്യൂട്ടൻ വിസരണ ദൂരദർശിനി (റിഫ്രാക്റ്റിംഗ് ടെലിസ്കോപ്പ്) നിർമ്മിക്കുന്നതിലും വിജയിച്ചു.

ചന്ദ്രനെ കുറിച്ച് ഗലീലിയോ വരച്ച രേഖാചിത്രങ്ങളും അദ്ദേഹം ചന്ദ്രനെ നിരീക്ഷിച്ചു നടത്തിയ പഠനങ്ങളും ചന്ദ്രന്റെ ഉപരിതലം ഗർത്തങ്ങളാലും പർവ്വതങ്ങളാലും നിറഞ്ഞതാണെന്ന് തെളിയിച്ചു.

കാലക്രമേണ ദൂരദർശിനികൾ വലിപ്പത്തിലും മേന്മയിലും കൂടുതൽ മെച്ചപ്പെട്ടു. ലക്കാളെയെ പോലുള്ള ചിലർ നക്ഷത്ര പട്ടികകൾ നിർമ്മിച്ചു. ജ്യോതിശ്ശാസ്ത്രജ്ഞനായ വില്യം ഹെർഷൽ നെബുലകളെ കുറിച്ചും

ക്ലസ്റ്ററുകളെ കുറിച്ചും വിശദമായ കാറ്റലോഗുകൾ നിർമ്മിച്ചു. അദ്ദേഹം 1781ൽ യുറാനസിനെ കണ്ടെത്തി. ഫ്രെഡറിക് ബെസ്സൽ, 61 സിഗ്നി എന്ന നക്ഷത്രത്തിന്റെ ദൃഗ്ഭ്രംശം (ഒരു വസ്തുവിനെ രണ്ട് വ്യത്യസ്ത സ്ഥലങ്ങളിൽ നിന്ന് വീക്ഷിക്കുമ്പോൾ ആ വസ്തുവിന് സ്ഥാനമാറ്റം ഉണ്ടാകുന്നതായി നിരീക്ഷകന് അനുഭവപ്പെടുന്നു. ഇതാണ് ദൃഗ്ഭ്രംശം) അളന്നതോടെ ആദ്യമായി ഒരു നക്ഷത്രത്തിലേക്കുള്ള ദൂരം കണക്കുകൂട്ടി.

സ്പെക്ട്രോസ്കോപ്പിന്റേയും ഛായാഗ്രഹണത്തിന്റേയും വരവോടെ ജ്യോതിശ്ശാസ്ത്രത്തിൽ വമ്പിച്ച മുന്നേറ്റം ഉണ്ടായി. 1814-15 കാലഘട്ടത്തിൽ ഫ്രോൺഹോഫർ സൗര സ്പെക്ട്രത്തിൽ 600ഓളം രേഖകൾ കണ്ടെത്തി. ഇതു സൂര്യനിലുള്ള വിവിധ മൂലകങ്ങളെ ആണ് കാണിക്കുന്നത് എന്ന് കിർഷോഫ് 1859ൽ സിദ്ധാന്തിച്ചു. നക്ഷത്രങ്ങളും, സൂര്യനെപ്പോലുള്ള ഒരു ഖഗോള വസ്തു ആണെന്നും സൂര്യൻ ഒരു നക്ഷത്രം ആണെന്നും തെളിയിക്കപ്പെട്ടു. നക്ഷത്രങ്ങൾക്കിടയിൽ താപനിലയിലും, ദ്രവ്യമാനത്തിലും, വലിപ്പത്തിലും ഒക്കെ വളരെയധികം വൈവിദ്ധ്യം ഉണ്ടെന്നും വ്യക്തമായി.

സൗരയൂഥം ഉൾപ്പെടുന്ന താരാപഥമായ (ഗ്യാലക്സി) ആകാശ ഗംഗയുടെ അസ്തിത്വം ഇരുപതാം നൂറ്റാണ്ടിൽ മാത്രമാണ് തെളിയിക്കപ്പെട്ടത്. അതോടൊപ്പം മറ്റ് താരാപഥങ്ങൾ ഉണ്ടെന്നും മനസ്സിലായി. മാത്രമല്ല ഇവ പരസ്പരം അകന്നു കൊണ്ടിരിക്കുകയാണ് എന്ന അറിവിൽ നിന്നും പ്രപഞ്ചം വികസിക്കുകയാണ് എന്ന് തെളിയിക്കപ്പെട്ടു. ആധുനിക ജ്യോതിശാസ്ത്രം ചില വിചിത്ര ഖഗോള വസ്തുക്കളായ ക്വസാറുകൾ, പൾസാറുകൾ, ബ്ലേസറുകൾ, റേഡിയോ താരാപഥങ്ങൾ മുതലായവയെ കണ്ടെത്തി. ഈ ഖഗോള വസ്തുക്കളെ ആശ്രയിച്ച് പുതിയ ഭൗതിക സിദ്ധാന്തങ്ങൾ ഉറവെടുത്തു. പ്രപഞ്ച ഭൗതികം ഇരുപതാം നൂറ്റാണ്ടിൽ വലിയ മുന്നേറ്റങ്ങൾ നടത്തി. മൈക്രോവേവ് പശ്ചാത്തലവികിരണം, ഹബ്ബിൾ നിയമം, പ്രപഞ്ചത്തിലെ വിവിധ മൂലകങ്ങളുടെ അളവ് ഒക്കെ നോക്കി മഹാവിസ്ഫോടനസിദ്ധാന്തത്തിനു രൂപം കൊടുക്കാൻ പ്രപഞ്ച ഭൗതികത്തിനായി.

ചന്ദ്രനെ കുറിച്ച് ഗലീലിയോ വരച്ച രേഖാചിത്രങ്ങളും അദ്ദേഹം ചന്ദ്രനെ നിരീക്ഷിച്ചു നടത്തിയ പഠനങ്ങളും ചന്ദ്രന്റെ ഉപരിതലം ഗർത്തങ്ങളാലും പർവ്വതങ്ങളാലും നിറഞ്ഞതാണെന്ന് തെളിയിച്ചു.

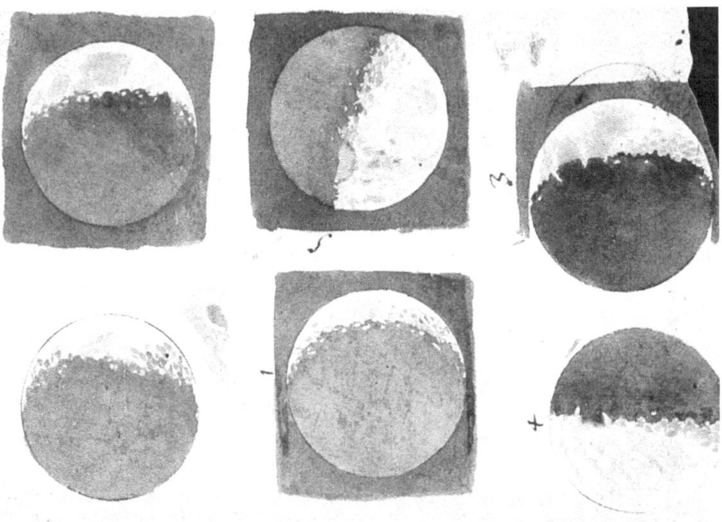

ജ്യോതിശ്ശാസ്ത്ര നിരീക്ഷണങ്ങൾ

റേഡിയോ ദൂരദർശിനി ജ്യോതിശ്ശാസ്ത്രജ്ഞന്മാർ നിരീക്ഷണത്തിനു ഉപയോഗിക്കുന്ന വിവിധ ഉപകരണങ്ങളിൽ ഒന്നാണ്.

ബാബിലോണിയയിലും പുരാതന ഗ്രീസിലും ജ്യോതിശാസ്ത്രം കൂടുതലും അസ്ട്രോമെട്രിയിൽ (ആകാശത്തിൽ നക്ഷത്രങ്ങളുടേയും ഗ്രഹങ്ങളുടേയും ഒക്കെ സ്ഥാനം അളക്കുന്നതിൽ) ഒതുങ്ങി നിന്നു. പിന്നീട് കെപ്ലറുടേയും ന്യൂട്ടന്റേയും പ്രവർത്തനങ്ങൾ ഖഗോളവസ്തുക്കളുടെ ചലനത്തെ സംബന്ധിച്ച നിയമങ്ങൾ (celestial mechanics) വികസിപ്പിക്കുന്നതിലേക്ക് നയിച്ചു. അത് ഉപയോഗിച്ച് ഗുരുത്വാകർഷണം മൂലം പരസ്പരം പ്രതിപ്രവർത്തിക്കുന്ന ഖഗോള വസ്തുക്കളുടെ ചലനങ്ങൾ കൂടുതൽ കൃത്യതയോടെ ഗണിതത്തിന്റെ സഹായത്തോടെ പ്രവചിക്കുവാൻ പറ്റി. ഇത് പ്രത്യേകിച്ച് സൗരയൂഥത്തിലെ വസ്തുക്കളുടെ ചലനങ്ങളെ കൂടുതൽ കൃത്യതയോടെ നിർണയിക്കാൻ സഹായകമായി. ജ്യോതിശ്ശാസ്ത്രജ്ഞന്മാർക്ക് ഇന്ന് ഖഗോളവസ്തുക്കളുടെ ചലനം കൂടുതൽ എളുപ്പത്തിൽ കൃത്യതയോടെ നിർണ്ണയിക്കാൻ പറ്റുന്നതിനാൽ ഇന്നു ഖഗോളവസ്തുക്കളുടെ ഭൗതിക യാഥാർത്ഥ്യങ്ങൾ (Physical nature) മനസ്സിലാക്കുന്നതിലാണ് അവർ കൂടുതൽ ശ്രദ്ധിക്കുന്നത്.

റേഡിയോ ദൂരദർശിനി: ജ്യോതിശ്ശാസ്ത്രജ്ഞന്മാർ നിരീക്ഷണത്തിനു ഉപയോഗിക്കുന്ന വിവിധ ഉപകരണങ്ങളിൽ ഒന്നാണ്

നിരീക്ഷണ ജ്യോതിശാസ്ത്രം

ജ്യോതിശാസ്ത്രത്തിലെ ഒരു വിഭാഗമാണ് നിരീക്ഷണ ജ്യോതിശാസ്ത്രം. ഭൗതികശാസ്ത്രത്തിലധിഷ്ഠിതമായ വിവരവിശകലനമാണ് നിരീക്ഷണ ജ്യോതിശാസ്ത്രത്തിന്റെ അടിസ്ഥാനം. സൈദ്ധാന്തിക ജ്യോതിശാസ്ത്രത്തിൽ നിന്ന് വ്യത്യസ്തമായി പ്രധാനമായും ഭൗതിക മാതൃകകളുടെ അളക്കാവുന്ന ബന്ധം കണ്ടുപിടിക്കുന്നതിനാണ് ഈ ശാസ്ത്രശാഖയിൽ ഊന്നൽ. ആകാശ വസ്തുക്കളെ ദൂരദർശിനി പോലുള്ള ജ്യോതിശാസ്ത്ര ഉപകരണങ്ങൾ ഉപയോഗിച്ച് നിരീക്ഷിക്കലാണ് ഇതിൽ പ്രധാനം.

വിദൂര പ്രപഞ്ചത്തിലെ വസ്തുക്കളുടെ നേരിട്ടുള്ള നിരീക്ഷണ പരീക്ഷണങ്ങൾ അസാദ്ധ്യമാണെന്നതാണ് ശാസ്ത്രമെന്ന നിലയിൽ നിരീക്ഷണ ജ്യോതിശാസ്ത്രം നേരിടുന്ന പരിമിതി. എന്നാൽ താരക പ്രഭാവങ്ങളെ സംബന്ധിച്ച് പരീക്ഷണവിധേയമാക്കാവുന്ന നിരവധി ദൃശ്യസാദ്ധ്യതകളുണ്ട് എന്നത് ഈ പരിമിതിയെ ഭാഗികമായി മറികടക്കുവാൻ ഈ ശാസ്ത്ര ശാഖയെ സഹായിക്കുന്നു. ഈ പ്രതിഭാസങ്ങളുടെ പൊതുസ്വഭാവവും നിരീക്ഷണ ദത്തങ്ങളും മറ്റും ഗ്രാഫുകളിലും മറ്റും അടയാളപ്പെടുത്തിയാണ് ഇത് സാദ്ധ്യമാകുന്നത്. സമീപസ്ഥ നക്ഷത്രങ്ങളുടെ ഇത്തരം പ്രത്യേകതകൾ പഠിക്കുകവഴി വിദൂര നക്ഷത്രങ്ങളുടെയും ആകാശഗോളങ്ങളുടെയും സ്വഭാവം സംബന്ധിച്ച അനുമാനങ്ങളിലെത്തുവാനും അതുവഴി ഗ്യാലക്സികളുടെ അകലം പോലുള്ളവയും മറ്റും തിട്ടപ്പെടുത്താനും കഴിയും.

ഗലീലിയോ ഗലീലി തന്റെ ടെലിസ്കോപ്പ് ആകാശത്തേക്ക് തിരിച്ചു വെച്ച് തന്റെ ദൃശ്യങ്ങൾ അടയാളപ്പെടുത്തിയതുമുതൽ നിരീക്ഷണ ജ്യോതിശാസ്ത്രത്തിന്റെ വികാസ കാലം ആരംഭിച്ചു. ദൂരദർശിനി സാങ്കേതിക വിദ്യയുടെ വളർച്ചയ്കനുസരിച്ച് അത് കൂടുതൽ കൂടുതൽ വികാസം പ്രാപിക്കുന്നു.

ഉയർന്നതും ഒറ്റപ്പെട്ടതും ആയ പ്രദേശം ആയതിനാൽ Mauna Kea നിരീക്ഷണാലയം ഭൂമിയിൽ നിന്നുള്ള ഏറ്റവും നല്ല നിരീക്ഷണ സ്ഥലങ്ങളിൽ ഒന്നാണ്.

ജ്യോതിശ്ശാസ്ത്രത്തിൽ ഖഗോളവസ്തുക്കളിൽ നിന്നു വരുന്ന ദൃശ്യപ്രകാശവും മറ്റ് വിദ്യുത്കാന്തികതരംഗങ്ങളും ശേഖരിച്ച് അവ പരിശോധിച്ചാണ് വസ്തുതകൾ ശേഖരിക്കുന്നത്. ഇതു കൂടാതെ ന്യൂട്രിനോ ഡിറ്റക്ടറുകളിൽ നിന്നും വസ്തുതാ ശേഖരണം നടക്കുന്നു. ന്യൂട്രിനോ ഡിറ്റക്ടറുകൾ ഉപയോഗിച്ച് സൗരന്യൂട്രിനോകളേയും, സൂപ്പർനോവകളിൽ നിന്നുള്ള ന്യൂട്രിനോ ഉത്സർജനങ്ങളേയും നിരീക്ഷിച്ചിട്ടുണ്ട്. അതേ പോലെ കോസ്മിക്ക് രശ്മികളേയും നിരീക്ഷിക്കാൻ ഉള്ള ഉപകരണങ്ങളും നിരീക്ഷണജ്യോതിശ്ശാസ്ത്ര ത്തിൽ ഉപയോഗപ്പെടുത്തുന്നു.

പാരമ്പര്യമായി, ജ്യോതിശ്ശാസ്ത്രത്തിലെ വിവിധ ശാഖകളെ നിരീക്ഷണത്തിനു ഉപയോഗിക്കുന്ന വിദ്യുത്കാന്തിക തരംഗങ്ങൾക്ക് അനുസരിച്ച് തരം തിരിച്ചിരിക്കുന്നു. റേഡിയോ അസ്ട്രോണമി ഏറ്റ വും താണ ആവൃത്തിയുള്ള തരംഗങ്ങളായ ഒരു മില്ലിമീറ്റർ മുതൽ ഒരു ഡെക്കാമീറ്റർ വരെയുള്ള റേഡിയോ തരംഗങ്ങളെ നിരീക്ഷിക്കുന്നു. റേഡിയോ പ്രക്ഷേപണത്തിനു ഉപയോഗിക്കുന്ന ട്രാൻസ്മിറ്ററുകളെ പോലെ തന്നെയാണ് റേഡിയോ അസ്ട്രോണമിക്ക് ഉപയോഗിക്കുന്ന ടെലിസ്കോപ്പും. പക്ഷേ റേഡിയോ ടെലിസ്കോപ്പ് കൂടുതൽ സം വേദനക്ഷമം ആണ്. മൈക്രോവേവ്, റേഡിയോ അസ്ട്രോണമി റേഡിയോ തരംഗങ്ങളിലെ മില്ലീമീറ്ററിനോട് അടുത്ത തരംഗങ്ങൾ കൈകാര്യം ചെയ്യുന്നു. ഈ തരംഗങ്ങൾ ഉപയോഗിച്ചാണ് cosmic microwave background radiation-നെ കുറിച്ച് പഠിക്കുന്നത്.